ഉറുമ്പു ചിന്തകൾ

മനു

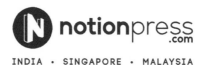

notionpress.com
INDIA • SINGAPORE • MALAYSIA

Notion Press Media Pvt Ltd

No. 50, Chettiyar Agaram Main Road,
Vanagaram, Chennai, Tamil Nadu – 600 095

First Published by Notion Press 2021
Copyright © Manoj Kumar. A 2021
All Rights Reserved.

ISBN 978-1-68563-968-6

എന്നെ കഥകൾ പറഞ്ഞുറക്കിയ കഥകളുടെ

വിസ്മയ പ്രപഞ്ചത്തിലേക്ക് എന്നെ

കൈപിടിച്ചു നടത്തിയ

എന്റെ അച്ഛന്റെ സ്മരണക്കായി ഞാൻ ഈ

പുസ്തകം സമർപ്പിക്കുന്നു.

-മനു-

ഉള്ളടക്കം

ചില ഉറുമ്പുചിന്തകൾ

ഒന്നും ചെയ്യുവാനില്ലാത്ത വിരസമായ പകൽ. ഉച്ചവെയിലിൽ തിളങ്ങുന്ന ഭൂമിയെ നോക്കി വെറുതേയിരുന്നു. ഒരു സിനിമയ്ക്ക് പോയാലോ? അതിന് കാശുമില്ല! എന്തെങ്കിലും വായിക്കാം എന്നു കരുതി പുസ്തകങ്ങൾ അടുക്കിയ ഷെൽഫിനരികിലേയ്ക്ക് പോയി. കുറേക്കാലമായി ഒന്നും വായിക്കാറില്ല. മടിയാണ്, അക്ഷരങ്ങൾക്കൊപ്പം നടക്കുവാൻ, അല്ലെങ്കിൽത്തന്നെ കൈവശമുള്ളതെല്ലാം ഒന്നും രണ്ടും വട്ടം വായിച്ചു കഴിഞ്ഞവയാണ്. കുറച്ച് വിപ്ലവമായാലോ? ഇപ്പോൾ തല നിറയെ വിപ്ലവാശയങ്ങളാണ്. മടിയന്മാർക്ക് പറ്റിയ വിഷയം തന്നെ ! വിപ്ലവം മടിയന്മാർക്കുള്ള താണോ അതോ പരിശ്രമശാലികൾക്കുള്ളതോ? മടി പിടിച്ചിരിക്കുന്ന അവസരങ്ങളിൽ വെറുതേ ഓരോ ആശയങ്ങൾ മനസ്സിൽ വരും. പ്രായോഗികബുദ്ധിയുള്ള ഒരാൾക്ക് ഈ ആശയങ്ങളെല്ലാം ഒരു മടിയന്റേതാണെന്ന് ഒറ്റമാത്രയിൽ പറയാനാകും. പിന്നെ രസമുള്ള ഏക പരിപാടി സ്വപ്നം കാണലാണ്. കണ്ണ് തുറന്നിരുന്ന് പകൽക്കിനാവു കാണുക! അലസമായി ഉച്ചവെയിൽ നോക്കിയിരുന്നാൽ കണ്ണിൽ ഒരു കറുത്ത തിരശ്ശീലയുണ്ടാകും. അവിടെ ചുമപ്പും, മഞ്ഞയും, നീലയും, പച്ചയും നിറങ്ങളുള്ള രൂപങ്ങൾ ഇഴപിരിഞ്ഞ് ചലിക്കും. അവിടെ സ്വപ്നങ്ങൾ വിരിയും. റ്റാറ്റാ ബിർളാമാരെപ്പോലെ വലിയ വ്യവസായ ശൃംഖലകൾ പടുത്തുയർത്തുന്ന സ്വപ്നങ്ങൾ, ബിൽഗേറ്റ്സിനെപ്പോലെ കോടികൾ നേടുന്ന സ്വപ്നങ്ങൾ, സച്ചിനെപ്പോലെ സെഞ്ചുറികൾ നേടുന്ന സ്വപ്നങ്ങൾ. ഒരു സ്വപ്നം എവിടെയെങ്കിലും വച്ച് മുന്നോട്ടു പോകാൻ മടിച്ചു നിന്നാൽ അടുത്ത സ്വപ്നം തുടങ്ങും! ഏറ്റവും നന്നായി സ്വപ്നം കാണാൻ കഴിയുന്നത് മടിയന്മാർക്കാണ്.

പുസ്തകങ്ങൾക്ക് മുകളിൽ അപ്പിടി പൊടിയാണ്. കുഞ്ഞുകുഞ്ഞു തന്മാത്രകൾ പോലുള്ള പൊടികൾ. ഇവ എവിടെ നിന്നു വരുന്നു. എങ്ങിനെ ഉണ്ടാകുന്നു! ജനാലപ്പഴുതിലൂടെ വെയിൽ കടന്നു വരുമ്പോൾ കണ്ടിട്ടുണ്ട് വെയിലിന്റെ പാതയിൽ പൊടികൾ സ്വൈരവിഹാരം നടത്തുന്നത്. അവ തമ്മിൽ കൂട്ടിമുട്ടും. കുഞ്ഞുനാളിൽ അവയെ ഊതിപ്പറപ്പിക്കുന്നത് നല്ല രസമായിരുന്നു. പൊടി തട്ടി പുസ്തകം തിരഞ്ഞപ്പോൾ കണ്ടു. ഉറുമ്പുകൾ! അവ പേടിച്ച് പരക്കം പായുകയാണ്. ആദ്യം തോന്നിയത് ദേഷ്യമാണ്. അവ പുസ്തകങ്ങൾ നശിപ്പിക്കും, തുണികളിൽ ഓട്ട വീഴ്ത്തും. ചിലവ കടിക്കുകയും ചെയ്യും. എല്ലാറ്റിനേയും അടിച്ച് കൊന്നാലോ അല്ലെങ്കിൽ ബുൾഡോസർ കയറ്റും പോലെ അരച്ചു കൊല്ലാം. നിസ്സാര ജീവികൾ! പിന്നെ സഹതാപം തോന്നി. അവയുടെ പരക്കം പാച്ചിൽ കണ്ടപ്പോൾ പാവങ്ങൾ എന്താണ് സംഭവിക്കുന്നതെന്ന് അവയ്ക്ക് ഇനിയും മനസ്സിലായിട്ടില്ല. ഭാഷ മനസ്സിലാകുമെങ്കിൽ ഭീഷണിപ്പെടുത്താം. മടിയന്റെ ഏറ്റവും നല്ല പ്രതികരണം തെറിവിളിയാണ്. പ്രത്യേക ശാരീരികാദ്ധ്വാനം വേണ്ടല്ലോ!

ഉറുമ്പുകൾക്ക് ഭാഷയുണ്ടാവുമോ? ഉണ്ടെങ്കിൽ ഇപ്പോൾ അവ നിലവിളിക്കുന്നുണ്ടാവണം. 'രക്ഷിക്കണേ' എന്ന ശബ്ദം കേൾക്കാനുണ്ടോ ? ഞാനവയോട് കാതടുപ്പിച്ച് നോക്കി. ഒരു വിപ്ലവകാരി ചാടി എന്റെ കാതിൽക്കയറി, ഒരു കടി! എനിക്ക് നന്നായി വേദനിച്ചു. ഞാൻ കയ്യെടുത്ത് ശക്തിയായി ഒന്ന് തേച്ചു പിടിപ്പിച്ചു. ദേ, കിടക്കുന്നു വിപ്ലകാരിയുടെ ശവം എന്റെ കൈയ്യിൽ! വിഡ്ഢി! ഒറ്റയ്ക്ക് വിപ്ലവമുണ്ടാക്കാൻ വന്നിരിക്കുന്നു. എല്ലാ വിപ്ലവകാരികളുടെയും അന്ത്യം ഇങ്ങനെ ആയിരിക്കുമോ? ഉറുമ്പുകൾ പൊതുവേ ബുദ്ധിശാലികൾ ആണല്ലോ! അപ്പോൾ അക്കൂട്ടത്തിലുള്ള മണ്ടന്റെ കഥ കഴിഞ്ഞു. അവൻ കൂട്ടാളികളെയും കൂട്ടി ഒരു സംഘടിതമായ ആക്രമണം നടത്തിയിരുന്നെങ്കിലോ? ശത്രുവായ ഞാൻ അൽപം വിഷമിച്ചു പോയേനേ !

ഞാൻ അവന്റെ ശവം അവരുടെ ഇടയിലേയ്ക്കിട്ടു. കുറച്ചു പേർ അവന് ചുറ്റും കൂടി. അവർ നെഞ്ചത്തടിച്ച് കരയുന്നുണ്ടാകുമോ ? അല്ലെങ്കിലും സെന്റിമെൻസ് എന്ന നാടകവും കരച്ചിലും

ദുഃഖാഭിനയവുമൊന്നും ഉറുമ്പുകൾക്കിടയിൽ ഉണ്ടാവില്ലായിരിക്കും. പിന്നെ ചുറ്റും കൂടിയവർ ആരാണാവോ? ബന്ധുക്കളാവുമോ? അതിന് ഉറുമ്പുകൾക്കിടയിൽ സ്വന്തവും കുടുംബബന്ധങ്ങളുമൊക്കെ ഉണ്ടാവുമോ? ഉണ്ടെങ്കിൽ തന്നെ വിപ്ലവകാരികളെയൊക്കെ പടിയടച്ച് പിണ്ഡം വയ്ക്കുന്നതാണല്ലോ ലോകത്തിന്റെ രീതി. പിന്നെ ആരു മരിച്ചാലും എത്തുന്നവർ, മരിക്കുമ്പോൾ മാത്രമെത്തുന്നവർ, അന്തിമോപചാരം അർപ്പിക്കാനെത്തിയ നേതാക്കളും പാർട്ടിക്കാരും ആയിരിക്കും. പെട്ടെന്ന് കൂടി നിന്നവർ തിരക്കു പിടിച്ച് പാഞ്ഞുപോയി. ചിലപ്പോൾ അവർ ഇനി ബന്ദും ഹർത്താലുമൊക്കെ ആഹ്വാനം ചെയ്ത് കടകളും മറ്റും അടപ്പിക്കാൻ ഓടിയതാവാം. അതുമല്ലെങ്കിൽ ഒരുപക്ഷേ അവർ ഡോക്ടർമാരാവാം. മരിച്ചോയെന്ന് അവർ നാഡി പിടിച്ച് നോക്കിയിട്ടുണ്ടായിരുന്നിരിക്കണം. അതിന് ഉറുമ്പുകൾക്ക് നാഡിയുണ്ടാവുമോ? രക്തമുണ്ടാകുമോ? ഞാൻ എന്റെ കൈയ്യിലേയ്ക്ക് സൂക്ഷിച്ചു നോക്കി. ഉറുമ്പിന്റെ ചോര പറ്റിയിട്ടുണ്ടോ? ഇല്ല. ആസിഡിന്റെ മണമുണ്ട്. സ്വന്തം ശരീരത്തിനുള്ളിൽ ആഡിസും ചുമന്ന് നടക്കുന്ന ഇവന്മാർ ഭയങ്കരന്മാർ തന്നെ.

കുറച്ച് ഉറുമ്പുകൾ വന്ന് വിപ്ലവകാരിയുടെ ശവം വലിച്ചിഴച്ച് കൊണ്ടുപോയി. ഇപ്പോൾ പരക്കം പാച്ചിൽ തെല്ല് കുറഞ്ഞിട്ടുണ്ട്. കുറച്ചു പേർ ചിലയിടങ്ങളിൽ കൂടി നിൽക്കുന്നുണ്ട്. അവർ കാര്യത്തിന്റെ നിജസ്ഥിതി മനസ്സിലാക്കി അതിന്റെ ഗൗരവത്തെക്കുറിച്ച് സംസാരിക്കുകയാവണം. ഇടയ്ക്കു ചില മല്ലന്മാരായ ഉറുമ്പുകളെക്കണ്ടു. കറുത്ത് ഉരുണ്ട് മസിലുകളുള്ള തടിയന്മാർ. അവയ്ക്കിടയിലെ ഗുസ്തി ചാമ്പ്യന്മാർ ആയിരിക്കാം. അവ ഒന്നിനേയും കൂസാതെ നടന്നു നീങ്ങുന്നു.

ഞാൻ ഉറുമ്പുകളെക്കുറിച്ച് ആലോചിച്ച് നോക്കി. എന്തൊരു ജീവിതമാണ് അവയുടേത്. ഇവയുടെ ഉത്ഭവം എങ്ങനെയായിരുന്നിരിക്കും? ബ്രഹ്മാവ് നേരിട്ട് സൃഷ്ടിച്ചതാവുമോ? ചിതലുകളെ അങ്ങനെ സൃഷ്ടിച്ചതാണെന്ന് വായിച്ചിട്ടുണ്ട്. വില്ലിൽ തല വച്ച് ഉറങ്ങുന്ന മഹാവിഷ്ണുവിനെ ഉണർത്താൻ ബ്രഹ്മാവ് ചിതലുകളെ ഉണ്ടാക്കിവിട്ടു. അവ ഞാൺ കടിച്ചു മുറിച്ചു.

വില്ല് ശക്തിയിൽ നിവർന്നപ്പോൾ മഹാവിഷ്ണുവിന്റെ തല തെറിച്ചുപോയി. സൃഷ്ടി വിദ്യ അറിയാവുന്ന ബ്രഹ്മാവ് ഒരു കുതിരയുടെ തല വെട്ടിയെടുത്ത് വിഷ്ണുവിന്റെ ഉടലിൽ വച്ചുപിടിപ്പിച്ചു. അങ്ങ നെ കുതിരത്തലയുള്ള വിഷ്ണു ഹയഗ്രീവൻ എന്ന അസുരന്റെ കഥ കഴിച്ചു. വാസ്തവത്തിൽ അതും വിഷ്ണുവിന്റെ ഒരവതാരമല്ലേ ? പക്ഷേ അതിനെ അവതാരമായി കൂട്ടിയിട്ടില്ല. ഒന്നോർത്താൽ അവതാരകഥയിൽ നിറയെ പൊള്ളത്തരങ്ങൾ ഉണ്ട്. ബലരാമൻ അനന്തന്റെ അംശമാണ്. ലക്ഷ്മണനും അതേ. പക്ഷേ ബലരാമൻ അവതാരത്തിലുണ്ട്. ലക്ഷ്മണൻ ഇല്ല. പിന്നൊന്ന് വാമനാവതാരം കഴിഞ്ഞാണ് പരശുരാമൻ. വാമനൻ കേരളത്തിലെ ചക്രവർത്തിയായ മഹാബലിയെ പാതാളത്തിലേയ്ക്ക് ചവിട്ടിത്താഴ്ത്താൻ വന്നയാളാണ്. അതുകഴിഞ്ഞ് അവതരിക്കുന്ന പരശുരാമനാണ് മഴുവെറിഞ്ഞ് കേരളം സൃഷ്ടിക്കുന്നത്. അതെങ്ങനെ നടക്കും ? മറ്റൊന്ന് അമൃത് കടയാൻ നേരത്ത് കടലിൽ താണുപോയ മന്ദരപർവ്വതത്തെ ഉയർത്താൻ വിഷ്ണു കൂർമ്മാവതാരമെടുത്തു. എന്നാൽ അസുരന്മാർ തട്ടിക്കൊണ്ടുപോയ അമൃത് തിരികെയെടുക്കാൻ ചെല്ലുകയും ചൂണ്ടാസുരനെ വകവരുത്തുകയും മഹിഷീമർദ്ധകനായ ശ്രീ അയ്യപ്പന്റെ സൃഷ്ടിക്ക് കാരണമാവുകയും ചെയ്ത മോഹിനിയെ അവതാരഗണത്തിൽ കൂട്ടിയിട്ടില്ല. അത് പുരുഷവർഗ്ഗ മേൽക്കോയ്മയുടെ വ്യക്തമായ ചിത്രമല്ലേ? അന്ന് ഫെമിനിസ്റ്റുകൾ ഇല്ലാതിരുന്നത് നന്നായി. അല്ലെങ്കിൽ കാണാമായിരുന്നു പുകില്. വനിതാവേദി, സ്ത്രീപക്ഷം, വനിതാ കമ്മീഷൻ, നിരാഹാരം, പ്രതിഷേധം, ഖരാവോ. ....

വഴിമാറിപ്പോയ ചിന്തകളെ ഞാൻ വീണ്ടും ഉറുമ്പുകളിലേയ്ക്ക് തിരികെ കൊണ്ടുവന്നു. ചിതലുകളുടെ പിൻഗാമികളാവുമോ ഉറുമ്പു കൾ? അവയെക്കുറിച്ച് പരിണാമ സൈദ്ധാന്തികൻ ഡാർവിനും ഒന്നും പറയുന്നില്ല. നിസ്സാരജീവികൾ! അവയെ അവിടേയും അവഗണിച്ചു. ബീവറുകളുടെ അണക്കെട്ട് നിർമ്മാണം കണ്ടു അവയെ ജന്തുലോകത്തിലെ എഞ്ചിനീയർമാർ എന്നു വിളിച്ചവർ എന്തുകൊണ്ട് ഉറുമ്പുകളുടെ വീടുനിർമ്മാണം കണ്ടില്ല.

എന്തു സാങ്കേതികത്തികവോടെയാണവർ വീടു നിർമ്മിക്കുന്നത്. ഉറക്കമുറികൾ, പാതകൾ, കലവറകൾ, മുട്ടകൾ സൂക്ഷിക്കാനുള്ള മുറികൾ ഹാ! അതിശയം! ലോകമഹാത്ഭുതം!

ഉറുമ്പുകൾ കല്യാണം കഴിക്കുമോ? ചിലപ്പോൾ പ്രേമിക്കു മായിരിക്കും. എഴുത്തറിയാമായിരുന്നെങ്കിൽ പ്രേമലേഖനവും കൊടുത്തേനേ. അവരിൽ നിന്നും വിശ്വസാഹിത്യകാരന്മാരുണ്ടാ യേനേ. അവരിൽ നോബൽ സമ്മാനജേതാക്കളും പുലിസ്റ്റർ ജേതാക്കളും ഉണ്ടായേനേ. പരസ്പരം വിമർശിച്ച് ചെളിവാരി എറിഞ്ഞേനേ. അവാർഡുകൾ നിരസിച്ച് കൊതിക്കെറുവു കാണി ച്ചേനേ. ഉറുമ്പുകൾ ഒത്തൊരുമയുള്ളവരായതുകൊണ്ട് ജാതിയും മതവും രാഷ്ട്രീയവും ഒന്നും അവർക്കില്ലെന്ന് കരുതാം. ഭാഗ്യം! അല്ലെങ്കിൽ എന്നേ അവർ തമ്മിൽത്തല്ലി പണ്ടേയ്ക്കു പണ്ടേ കൂട്ട ത്തോടെ മരിച്ചു പോയേനേ! 'വംശനാശം സംഭവിച്ച ജീവികൾ' എന്ന പേരിൽ ഉറുമ്പിന്റെ ചിത്രവും വച്ച് നമ്മൾ സ്റ്റാമ്പുകളും ഇറ ക്കുമായിരുന്നു.

ഉറുമ്പു ചിന്തകളുമായി പകൽ കടന്നു പോയതറിഞ്ഞില്ല. ഞാനിപ്പോൾ ഇരുട്ടത്താണ്. കൊതുക് കുത്തിയപ്പോഴാണ് സമയ ബോധമുണ്ടായത്. നാശം പിടിച്ച കൊതുക്. ഉറുമ്പിന്റെ കടി ഇതിലും എത്രയോ ഭേദം. ഉറുമ്പ് ചോര കുടിക്കില്ല. രോഗം പര ത്തില്ല. കാതിനു ചുറ്റും ഒച്ച വച്ച് പറക്കില്ല. കറണ്ട് വന്നിട്ടില്ല. അപ്പോഴും ഞാൻ ഉറുമ്പുകളുടെ ലോകത്തായിരുന്നു. ചുറ്റിനും ഉറുമ്പുകൾ, കട്ടുറുമ്പുകൾ, നെയ്യുറുമ്പുകൾ, തീയുറുമ്പുകൾ, ചോണനുറുമ്പുകൾ, നീറുകൾ .... ആ നിസ്സാര ജീവികളെ ക്കുറിച്ച് എന്തെല്ലാം കാര്യങ്ങളുണ്ട് എന്നത് എന്നെ അത്ഭുതപ്പെടു ത്തിക്കൊണ്ടിരുന്നു.

ഞാൻ നടക്കുകയായിരുന്നു. ഒരിടത്ത് ഒരു വലിയ മാളം കണ്ടു. ഗുഹ പോലെ വലുത്. ഞാനതിശയിച്ചു പോയി. ഇന്നലെ ഞാനിതിലേ പോകുമ്പോൾ ഇതിവിടെ ഇല്ലായിരുന്നല്ലോ. ഞാനതിനുള്ളിലേയ്ക്ക് കയകയറി നോക്കി. ഉള്ളിലേയ്ക്ക് നീളുന്ന കൈവഴികൾ. ഗുഹയുടെ സിരകൾ പോലെ തോന്നിച്ചു. ഞാൻ വീണ്ടും ഉള്ളിലേയ്ക്ക് കടന്നു കൊണ്ടിരുന്നു. പെട്ടെന്നതാ

ഭീമാകാരനായ ഒരുറുമ്പ് എന്റെ മുന്നിൽ!ഞാൻ ഏറെ ഭയന്നു. കാരണം അതിന് ഒരു കാട്ടുപോത്തിനേക്കാൾ വലിപ്പമുണ്ട്. ഞാന തിന്റെ മുഖത്തേയ്ക്ക് നോക്കി. ഈശ്വരാ! ഇത് ഞാൻ പകൽ കൊലപ്പെടുത്തിയ ഉറുമ്പല്ലേ? അവന്റെ നഷ്ടപ്പെട്ട വലതുകാൽ വരെ ഞാൻ കണ്ടു. ഞാൻ നോക്കി നിൽക്കേ അവന്റെ കാൽ വളർന്നു വന്നു. അവന്റെ മുഖത്ത് കോപം തിളയ്ക്കുന്നു. കണ്ണു കൾ ചുവക്കുന്നു. ഒരു ജീപ്പിന്റെ ഹെഡ്‌ലൈറ്റുകൾ പോലത്തെ കണ്ണുകൾ. ഇവനെങ്ങനെ ഉയർത്തെഴുന്നേറ്റു? ഉറുമ്പുകൾക്ക് മര ണമില്ലേ? അതോ പ്രേതമോ? അവൻ കൂർത്ത പല്ലുകൾ കാട്ടി എന്നെ പേടിപ്പിച്ചു. രക്തചുവപ്പുള്ള നാവ് നുണഞ്ഞു. അവൻ ആനക്കാലുകൾ ഇളക്കി മുന്നോട്ടു കുതിച്ചു. ഞാൻ പ്രാണര ക്ഷാർത്ഥം തിരിഞ്ഞോടി. പക്ഷേ നീണ്ടു പുളഞ്ഞ സിരകൾക്കു ള്ളിൽ എനിക്ക് വഴി തെറ്റി. ഉറുമ്പുകളുടെ സാങ്കേതിക ബുദ്ധി. ശത്രു വിനെ വഴി തെറ്റിക്കാനുള്ള തന്ത്രം എന്നെ കുടുക്കി. പകച്ചു നിന്ന എന്നെ പിന്നാലെ പാഞ്ഞെത്തിയ ഉറുമ്പു പ്രേതം കാലുക ളിൽ പിടിച്ച് പൊക്കിയെടുത്ത് തോളിലിട്ട് നടന്നു തുടങ്ങി. എന്റെ ബോധം മറയുന്നു. എനിക്ക് ചുറ്റും സിരകൾ പോലെ പുളഞ്ഞ വഴികൾ ചതിക്കുഴി വിരിച്ച് നിന്നു.

ബോധം തെളിയുമ്പോൾ ഞാനൊരു മുക്കാലിയിൽ ബന്ധി തനാണ്. മുന്നിൽ ഒരു വിചിത്ര ലോകം. അവിടെ ഭീമനുറുമ്പുകൾ നൃത്തം ചെയ്യുന്നു. അജ്ഞാതമായ ഭാഷയിൽ പാട്ടു പാടുന്നു. തിന്നുന്നു. കുടിക്കുന്നു. ഒരു സിംഹാസനത്തിൽ ഒരു ഉറുമ്പ് കിരീടം ധരിച്ചിരിക്കുന്നു. രാജാവായിരിക്കണം. അതോ രാജ്ഞി യോ. ഉറുമ്പുകൾക്ക് ലിംഗഭേദമുണ്ടോ ? അവയെ എങ്ങനെ തിരി ച്ചറിയും? ഉറുമ്പുകളുടെ ലോകത്ത് പെണ്ണുങ്ങളാണ് നേതാക്ക ളെന്ന് എവിടെയോ വായിച്ചതോർത്തു. അപ്പോൾ ഇത് രാജ്ഞിയാ വണം. അന്തരീക്ഷത്തിന് രൂക്ഷമായ അമ്ലഗന്ധം. ഒരു വലിയ പാത്രത്തിൽ നിന്ന് ചില ഉറുമ്പുകൾ കുഴലിട്ട് എന്തോ വലിച്ച് കുടിച്ച് പോകുന്നു. അതിൽ നിന്നാണ് മണം വരുന്നത്. അപ്പോൾ അത് ആസിഡാവണം. ഇങ്ങനെയാണോ ഇവ ശരീരത്തിൽ ആസിഡ് നിറയ്ക്കുന്നത്.

എന്റെ സമീപം രണ്ട് കാവൽക്കാർ നിൽപ്പുണ്ട്. കുന്തങ്ങൾ ഏന്തി
യവ. എന്നെ പിടിച്ച ഉറുമ്പു പ്രേതം മറ്റൊരുത്തനുമൊത്ത് എന്തോ
പറഞ്ഞു ചിരിക്കുന്നതു കണ്ടു. ചില ഉറുമ്പുകൾ എന്നെ വന്ന്
നോക്കി ഉണ്ടക്കണ്ണുകൾ ഉരുട്ടിപ്പേടിപ്പിച്ചു. കുഞ്ഞുറുമ്പുകൾ
എന്നെ ഞോണ്ടി രസിച്ചു. കൂട്ടം കൂടി നിൽക്കുന്ന ഉറുമ്പുകൾ
പെണ്ണുങ്ങളാവണം. അവർ എന്നെ നോക്കി അടക്കം പറഞ്ഞ് കളി
യാക്കി ചിരിച്ചു. നമ്മുടെ ലോകത്തെ നിസ്സാര ജീവികൾ ഇവിടെ
ശക്തരാണ്. അവർക്ക് വേണമെങ്കിൽ എന്നെ ഞെരിച്ച് കൊല്ലാം.
അവയവങ്ങൾ പറിച്ച് എടുക്കാം. ഇപ്പോൾ ഞാനവർക്ക് നിസ്സാര
നാണ്. ഇവ മനുഷ്യനെത്തിന്നുമോ? എങ്കിൽ ഞാനിന്നിവയ്ക്ക്
ആഹാരമായിത്തീരും. ഒരു കുടിയനുറുമ്പ് ഫിറ്റായി ഓടി വന്ന്
എന്റെ തലയ്ക്കിട്ട് ഒരു തൊഴി. കണ്ണിൽ പൊന്നീച്ച പറക്കുന്നു
ണ്ടെന്ന് തോന്നി. പെട്ടെന്നൊരു കാഹളം മുഴങ്ങി. ഉറുമ്പുകളെല്ലാം
അച്ചടക്കത്തോടെ ഇരിപ്പിടങ്ങളിൽ അമർന്നു. ഉറുമ്പു പ്രേതത്തി
നോട് രാജ്ഞി എന്തൊക്കെയോ ചോദിക്കുന്നു. അവൻ എഴു
ന്നേറ്റു നിന്ന് എന്നെ ചൂണ്ടി എന്തൊക്കെയോ പറയുന്നു.
ദൈവമേ! എന്നെ വിചാരണ ചെയ്യുകയായിരിക്കണം. ഉറുമ്പു
പ്രേതം അവന്റെ ഒടിഞ്ഞ വലതുകാൽ ഉയർത്തി രാജ്ഞിയെ
കാണിച്ചു. ഈശ്വരാ! ഞാൻ നേരത്തേ കാണുമ്പോൾ ഇവന്റെ
കാൽ വളർന്നു വന്നതല്ലേ? കള്ളൻ, കള്ളൻ ! എന്ന് ഉറക്കെ
വിളിച്ചു കൂവണമെന്നെനിക്ക് തോന്നി. പക്ഷേ എന്തു പ്രയോജനം.
ഭാഷയറിയില്ലല്ലോ? ചിലപ്പോൾ ഒച്ച വച്ച് കോർട്ടലക്ഷ്യം കാണിച്ച
തിന് പ്രത്യേക ശിക്ഷ കൂടി കിട്ടിയെന്നുവരാം. എന്റെ വിധി
നിർണ്ണയിക്കാൻ പോവുകയാണ്. ഒടുവിൽ രാജ്ഞി എന്തോ പറ
ഞ്ഞു. എല്ലാ ഉറുമ്പുകളും കൈയ്യടിച്ചു. വിധി പറഞ്ഞതാവും.
കൊല്ലുവാനായിരിക്കുമോ?

രണ്ട് കറുത്ത മല്ലന്മാരായ ഉറുമ്പുകൾ വന്നു. അവയ്ക്ക്
ഉറച്ച മസിലുകൾ ഉണ്ടായിരുന്നു. അവ എന്റെ കെട്ടഴിച്ച് എന്നെ
വലിച്ചിഴച്ച് എങ്ങോട്ടേയ്ക്കോ കൊണ്ടുപോകുന്നു. ഞാൻ കുതറി
നോക്കി. പക്ഷേ ചവണ പോലുള്ള അവയുടെ പിടി അയഞ്ഞില്ല.
എന്റെ പിന്നിൽ ഉറുമ്പുകളുടെ അട്ടഹാസം ഞാൻ കേട്ടു.

ഒരു വലിയ കൊക്കയുടെ സമീപമെത്തി അവ നിന്നു. മുന്നിൽ കറുത്തിരുണ്ട ആഴമറിയാത്ത കൊക്ക. ഈശ്വരാ! കൊക്കയിലെറിഞ്ഞ് കൊല്ലാനാണ്. ഞാൻ ഒന്നു കൂടി കുതറി നോക്കി. സകല ദൈവത്തേയും വിളിച്ച് കരഞ്ഞു. രക്ഷയില്ല. ഇവ കൈക്കൂലിക്ക് വഴങ്ങുമോ. വഴങ്ങിയാലും എന്റെ കൈയ്യിൽ പണമില്ല. അവ എന്നെ നിർദയം എടുത്തുയർത്തി കൊക്കയിലേയ്ക്ക് വലിച്ചെറിഞ്ഞു. ഞാനാ കൊക്കയിലെ ഇരുട്ടിലൂടെ കൈകാലിട്ടടിച്ച് അടിത്തട്ടിലേയ്ക്ക് വീണു കൊണ്ടിരുന്നു. എന്റെ കൈ എന്തിലോ ശക്തിയായി ഇടിച്ചു. എന്തോ വീണുടയുന്ന സ്വരം. ഞാൻ ഞെട്ടിയുണർന്നു. ചുറ്റും ഇരുട്ട് ഞാനെവിടെയാണ്? കൊക്കയുടെ അടിത്തട്ടിലാണോ ? പക്ഷേ നല്ല പഞ്ഞി മെത്തപോലുണ്ട്. എനിക്കൊന്നും പറ്റിയില്ലേ? തലയ്ക്കു ചുറ്റും കൊതുകിന്റെ മുരളൽ. ഹൊ! ദൈവമേ! ഞാനെന്റെ മുറിയിലാണല്ലോ! ഞാൻ സ്വപ്നം കാണുകയായിരുന്നോ? എന്നാലും വല്ലാത്ത സ്വപ്നം തന്നെ. ഞാൻ സ്വിച്ചിൽ വിരലമർത്തി. കറണ്ട് വന്നിരുന്നു. ഞാൻ വെള്ളം കുടിക്കാനെടുത്തുവച്ചിരുന്ന ഗ്ലാസാണ് വീണുടഞ്ഞത്. ഉടഞ്ഞ ഗ്ലാസ്സെടുത്ത് പുറത്തു കളഞ്ഞ് കൂജയിൽ നിന്നും കുറേ തണുത്ത വെള്ളം തൊള്ളയിലേയ്ക്കൊഴിച്ചു. സമയമെത്രയായി ? മൂന്നര. ലൈറ്റണച്ച് വീണ്ടും കയറിക്കിടന്നു. ഞാൻ കണ്ട സ്വപ്നത്തേക്കുറിച്ച് ചിന്തിച്ചു. ഹൊ! ഉറുമ്പുകൾ എന്നെ ശരിക്കും വിറപ്പിച്ചു കളഞ്ഞു. ഉറുമ്പുകളോടുള്ള ഭയത്തിന് എന്തു പറയും. അതും ആരും പറഞ്ഞിട്ടില്ല. 'ഉറുമ്പോ ഫോബിയ' എന്ന് പറയാം അല്ലേ? നാളത്തെ വിരസമായ പകലിനെ ഞാനെങ്ങനെ നേരിടും എന്നാലോചിച്ച് ഞാൻ തല വഴി മൂടിപ്പുതച്ച് ഉറക്കം നടിച്ചു കിടന്നു.

        ഹൗ! കാലിൽ നല്ല നീറ്റൽ എന്താത് ? ഞാൻ ലൈറ്റിട്ട് നോക്കി. ഒരുറുമ്പ് അതെന്റെ കാലിൽ കടിച്ച് രസിക്കുകയാണ്. "എടാ! ദ്രോഹീ" ഞാനവനെ ഞെരിച്ചരച്ച് പൾപ്പാക്കി കൊന്നു! ഇവനും ഇനി പുനർജ്ജനിക്കുമോ? എന്തായാലും വേണ്ടില്ല. എന്നെ വിറപ്പിച്ച ഉറുമ്പുകളുടെ വംശജനായ ഒരുത്തനോടെങ്കിലും പകരം വീട്ടാനായതിന്റെ ചാരിതാർത്ഥ്യത്തോടെ ഞാൻ പുതപ്പിനുള്ളിൽ തല പൂഴ്ത്തി.

                                                                    ✿✿✿✿

ഫോസിലുകൾ

ഉണ്ണിക്കുട്ടന് എല്ലായ്പ്പോഴും സംശയമാണ്. സംശയത്തിന്റെ ഉത്തരത്തിനേക്കുറിച്ചും സംശയം. സംശയം ചോദിക്കുന്ന ഉണ്ണി ക്കുട്ടനെ ശകാരിച്ചാൽ എന്തിനാ ശകാരിക്കുന്നതെന്ന് സംശയം. ഉണ്ണിക്കുട്ടന്റെ സംശയങ്ങൾ ചെയിൻ റിയാക്ഷൻ പോലെയാണ്. ഒന്നിൽ നിന്ന് രണ്ട്, രണ്ടിൽ നിന്ന് നാല് അവ അക്കമിട്ട് പെരുകും, ആയിരങ്ങളാകും, പതിനായിരങ്ങളാകും, ലക്ഷങ്ങളാകും. ഉണ്ണി ക്കുട്ടന്റെ പല സംശയങ്ങൾക്കും ഉത്തരം കിട്ടിയില്ല, പലപ്പോഴും അവന്റെ കുഞ്ഞു മനസ്സിന്റെ അടിത്തട്ടിൽ സാധാരണ കുട്ടികൾക്ക് തോന്നാത്ത സംശയങ്ങൾ ഉത്തരം കിട്ടാതെ ഫോസിലുകളെ പ്പോലെ പാത്തു കിടന്നു. ചിലപ്പോൾ അവ അവനെ ചിന്തിപ്പിച്ച് വട്ടം കറക്കും. ചിന്തകളുടെ ലോകത്ത് ഉണ്ണിക്കുട്ടന് വിശപ്പില്ലാ, ദാഹമില്ല. അവിടെ അവനും സംശയങ്ങളും മാത്രം. ചിലപ്പോൾ അവൻ ചിന്തിക്കും, എന്തിനാ ഞാനെപ്പോഴും ഇങ്ങനെ സംശയി ക്കുന്നതെന്ന്. അതിനും അവന് ഉത്തരം കിട്ടിയില്ല. എങ്കിലും അവൻ സംശയിച്ചുകൊണ്ടേയിരുന്നു.

ഉണ്ണിക്കുട്ടൻ ആദ്യമായി സംശയിച്ചത് അമ്മയേക്കുറിച്ചായി രുന്നു. അമ്മിഞ്ഞ തരുന്നതുകൊണ്ടാണോ അമ്മയെ 'അമ്മേ' എന്നു വിളിക്കു ന്നത് എന്ന്. അവന്റെ ചോദ്യത്തിനു മുന്നിൽ പകച്ച അമ്മ 'അതേ' എന്നുത്തരം പറഞ്ഞു. പിന്നെയും അവൻ സംശയിച്ചു. അവൻ എങ്ങനെ ഉണ്ടായി എന്ന് ? അച്ഛൻ അമ്മയെ 'മംഗലം' കഴിച്ചതുകൊണ്ടാണ് ഉണ്ണിക്കുട്ടൻ ഉണ്ടായതെന്ന് അമ്മ പറഞ്ഞു. അപ്പോൾ അച്ഛൻ വേറെ മംഗലം കഴിച്ചാൽ വേറെ ഉണ്ണി ക്കുട്ടൻ ഉണ്ടാകുമായിരുന്നോ എന്ന് വീണ്ടും സംശയിച്ചു. അതിന് അമ്മയ്ക്ക് ഉത്തരം മുട്ടി. ഉത്തരം കിട്ടാത്ത ഉണ്ണിക്കുട്ടന്റെ മനസ്സിൽ

അത് ആദ്യത്തെ ഫോസിലായി. പിന്നെയും ഉണ്ണിക്കുട്ടൻ സംശയ ങ്ങൾ ചോദിച്ചുകൊണ്ടേയിരുന്നു. അവന്റെ കുഞ്ഞു മനസ്സിൽ ഫോസിലുകൾ കുന്നുകൂടി. ഫോസിലുകൾ ചെയിൻ റിയാക്ഷൻ നടത്തി.

ആഫീസിൽ നിന്ന് ക്ഷീണിച്ച് വരുന്ന അച്ഛൻ കുളി കഴിഞ്ഞ് ഉണ്ണിക്കുട്ടനെ വാത്സല്യത്തോടെ വിളിച്ച് മടിയിലിരു ത്തും ഉമ്മറത്ത് ഒരു ചാരുകസാല ഉണ്ടായിരുന്നു. നീണ്ട കൈയ്യുള്ള തുണിയിട്ട കസാല. അത് അപ്പൂപ്പൻ കിടന്നിരുന്നതാ ണ് എന്ന് അമ്മൂമ്മ ഇടയ്ക്കിടെ പറയാറുണ്ട്. അപ്പൂപ്പൻ മരിച്ച് പോയീത്രേ. അത് പറയുമ്പോൾ അമ്മൂമ്മയുടെ കൺ കുഴികളിൽ നീരുറവ ഉണ്ടാകും. അമ്മൂമ്മ എന്തിനാ കരയുന്നതെന്ന് ചോദി ച്ചാൽ അമ്മൂമ്മ അവനെ മാറോട് ചേർത്തണച്ച് ഒന്നുമില്ലെന്ന് പറ യും. അമ്മൂമ്മയുടെ ദേഹത്തിന് എണ്ണയുടെയും കുഴമ്പിന്റെയും മണമാണ്. അത് ഉണ്ണിക്കുട്ടന് ഇഷ്ടമല്ല. പക്ഷേ ഉണ്ണിക്കുട്ടൻ അത് സഹിച്ചു, അമ്മൂമ്മ കരയാതിരിക്കാൻ. അവൻ അങ്ങനെ ഇരു ന്നില്ലെങ്കിൽ അമ്മൂമ്മ കരയുമെന്ന് അവൻ ഭയന്നു. ആരും കരയു ന്നത് ഉണ്ണിക്കുട്ടന് ഇഷ്ടമല്ല. പക്ഷേ അമ്മൂമ്മയെ ഉണ്ണിക്കുട്ടന് ഇഷ്ടമാണ്. ഒരുപാടിഷ്ടം. അമ്മൂമ്മ പാവമാണ്. ഉണ്ണിക്കുട്ടനോട് ഭയങ്കര സ്നേഹമാണ്. ഉണ്ണിക്ക് അമ്മൂമ്മ കഥ പറഞ്ഞു കൊടു ക്കും. അമ്മൂമ്മയ്ക്ക് ഒരുപാട് കഥകൾ അറിയാം. രാജകുമാര ന്റേയും രാജകുമാരിയുടേയും കഥ, രാക്ഷസന്റെ കഥ, മാന്ത്രിക കുതിരയുടെ കഥ, അപ്പൂപ്പന്റെയും അമ്മൂമ്മയുടെയും കഥ, പയർമ ണിയുടെ കഥ, മല്ലന്റെയും മാതേവന്റെയും കഥ, കുന്നിമണിയുടേ യും, അപ്പൂപ്പൻതാടിയുടെയും കഥ, അങ്ങനെ കാക്കത്തൊള്ളാ യിരം കഥകൾ ………. എല്ലാ കഥകളിലും ഉണ്ണിക്കുട്ടന് ആയിരം സംശയങ്ങൾ ഉണ്ടാകും, കഥയേക്കാൾ സംശയങ്ങൾ. പക്ഷേ അമ്മൂമ്മയോട് സംശയം ചോദിച്ചാൽ കഥ പറയുന്നത് അമ്മൂമ്മ നിർത്തും. ഉത്തരമില്ലാത്ത ഫോസിലുകൾ ഉണ്ണിക്കുട്ടന്റെ മനസ്സിൽ കുന്നുകൂടും.

അമ്മൂമ്മയുടെ തലമുടി ഉണ്ണിക്കുട്ടന് ഭയങ്കര ഇഷ്ടമാണ്. പഞ്ഞിക്കെട്ടുപോലത്തെ മുടി. ഉണ്ണിക്കുട്ടന് നല്ല കറുത്ത മുടിയാ ണ്. അതിന്റെയുള്ളിൽ കറുത്ത പേൻ കാണും. അമ്മ ഇടയ്ക്കിടെ

കൊല്ലാറുണ്ട്. അമ്മൂമ്മയുടെ തലയിലും പേനുണ്ടാകുമോ? ഉണ്ണിക്കുട്ടന്റെ കറുത്ത മുടിയിൽ കറുത്ത പേനാണ്, അമ്മൂമ്മയുടെ വെളുത്ത മുടിയിൽ വെളുത്ത പേനാകുമോ? ഉത്തരം കിട്ടാത്ത സംശയങ്ങൾ ഉണ്ണിക്കുട്ടനെ അസ്വസ്ഥനാക്കി.

അച്ഛനോട് സംശയങ്ങൾ ചോദിച്ചാൽ കുറേ പറഞ്ഞു തരും. ഉത്തരം മുട്ടിയാൽ അച്ഛൻ ദേഷ്യപ്പെടും. അപ്പോൾ അച്ഛനോട് ഉണ്ണിക്കുട്ടൻ മിണ്ടില്ല. അപ്പോൾ തോന്നും അമ്മയ്ക്ക് നല്ലൊരച്ഛനെ മംഗലം കഴിച്ചൂടെയെന്ന്. ശകാരിക്കുന്നവരെ ഉണ്ണിക്കുട്ടന് ഇഷ്ടമല്ല. പക്ഷേ അച്ഛൻ മിഠായിയുമായി വരുമ്പോൾ ഉണ്ണിക്ക് അച്ഛനെ ഭയങ്കര ഇഷ്ടമാണ്. അപ്പോൾ അവൻ മാറ്റി ചിന്തിക്കും. അച്ഛൻ അവനെ സിനിമ കാണിക്കാനും മൃഗശാല കാണിക്കാനും, കടൽ കാണിക്കാനും കൊണ്ടുപോകാറുണ്ട്. ഭൂമിയുടെ നാലിൽ മൂന്നുഭാഗം കടൽ ആണെന്നാണ് അച്ഛൻ പറഞ്ഞത്. കടലിന്റെ വലിപ്പം ഉണ്ണിക്കുട്ടനിൽ അത്ഭുതം നിറച്ചു. കടൽ കാണുന്നത് ഉണ്ണിക്കുട്ടന് ഭയങ്കര ഇഷ്ടമാണ്. അവിടെ നിറയെ തിരയുണ്ട്. ഒന്നിനു പുറകേ ഒന്നായി വരുന്ന തിരകൾ. അവ തീരത്ത് തല്ലിയലച്ച് ചിതറും. നുരയും പതയും കൊണ്ട് കാലുകളിൽ പാദസ്വരം ചാർത്തും. പാറക്കൂട്ടങ്ങളിൽ അടിച്ച് പതഞ്ഞു കയറും. ചിതറിത്തെറിച്ച് മേലാകെ ഉപ്പുതുള്ളികൾ തെറുപ്പിക്കും. അപ്പോൾ ഉണ്ണിക്കുട്ടന് തോന്നും, കടലിൽ ഇത്രയും ഉപ്പ് എങ്ങനെ ഉണ്ടായി എന്ന്. അച്ഛനോട് ചോദിച്ച് ശകാരം കേൾക്കാൻ ഉണ്ണി ഇഷ്ടപ്പെട്ടില്ല. അവൻ സ്വയം ചിന്തിച്ചു. കണ്ണുനീരിനും വിയർപ്പിനും ഉപ്പുണ്ട്. നമ്മൾ കുളിക്കുമ്പോഴും മഴ നനയുമ്പോഴും ഈ ഉപ്പെല്ലാം ചേർന്ന് കടലിൽ നിറഞ്ഞതാവണം. കടലിൽ തിര എങ്ങനെ ഉണ്ടാകുന്നു. ഉണ്ണിക്കുട്ടന്റെ അടുത്ത സംശയം. കാറ്റു കൊണ്ടാണെന്ന് അച്ഛൻ പറഞ്ഞു. അപ്പോൾ കാറ്റ് എങ്ങനെയുണ്ടാകുന്നു എന്ന മറുചോദ്യം ഉണ്ണിക്കുട്ടന്റെ മനസ്സിൽ തിളച്ചു. സംശയങ്ങൾ ഉത്തരം കിട്ടാത്ത കടങ്കഥകൾ ആയി. ഉണ്ണിക്കുട്ടന്റെ കുഞ്ഞുതലച്ചോറിൽ അവ വൻമരങ്ങളായി വളർന്നു. അവയിൽ വള്ളികൾ ഉണ്ടായി. ശിഖരങ്ങളിൽ പക്ഷികൾ കൂടുകെട്ടി ഇണചേർന്നു. മുട്ടയിട്ട് വിരിഞ്ഞ് കുഞ്ഞുങ്ങളായി. അവയുടെ ചിറകടിയൊച്ചയിൽ അവൻ അസ്വസ്ഥനായി.

ഒരിക്കൽ അച്ഛൻ പറഞ്ഞു, ഉണ്ണിക്കുട്ടന്റെ സംശയങ്ങൾക്ക്
ഉസ്കൂളിൽ പോകുമ്പോൾ ഉത്തരം കിട്ടുമെന്ന്. അവിടെ മാഷ്മാർ
ഉണ്ട്. മാഷുമാർക്ക് നിറയെ പഠിപ്പുണ്ട്. അവരോട് എന്ത് സംശ
യവും ചോദിക്കാം. സംശയം ചോദിക്കുന്നവരെ മാഷുമാർക്ക്
ഇഷ്ടാത്രേ. അവർ വലിയ ആൾക്കാർ ആകുമെന്നാ പറയുന്നത്.
അപ്പോൾ ഉണ്ണിയും വലിയ ആളാകും. മഹാത്മാഗാന്ധിയെ
പ്പോലെ. ഗാന്ധിജിയെക്കുറിച്ച് അമ്മൂമ്മ പറയാറുണ്ട്. അപ്പൂപ്പൻ
ഗാന്ധിജിയെ കണ്ടിട്ടുണ്ട്. വീട്ടിൽ ഗാന്ധിജിയുടെ ചില്ലിട്ട ചിത്രമു
ണ്ട്. നീണ്ട വടി കുത്തി നടന്നു പോകുന്ന ഗാന്ധിജി. അതിൽ ഉണ്ണി
ക്കുട്ടന് ഏറ്റവും ഇഷ്ടപ്പെട്ടത് ഗാന്ധിജിയുടെ വാച്ചും കണ്ണടയുമാ
ണ്. അവൻ കണ്ടിട്ടുള്ള കണ്ണടകൾ ചതുരത്തിലുള്ളതാണ്. ഗാന്ധി
ജിയുടേത് വട്ടക്കണ്ണടയാണ്. വാച്ച് അരയിൽ തൂക്കിയാണിടുന്നത്
അച്ഛൻ വാച്ച് കയ്യിലാണ് കെട്ടുന്നത്.

അമ്മയ്ക്ക് അടുക്കളയിൽ നിന്ന് പണി ഒഴിഞ്ഞ നേരമില്ല.
എപ്പോഴും കരി നിറഞ്ഞ പുകക്കുഴലിന് ചുവട്ടിൽ അമ്മയ്ക്ക
തിരക്കു പിടിച്ച പണിയാണ്. അമ്മയ്ക്ക് ഈയിടെ ഭയങ്കര ക്ഷീണ
മാണ്. അമ്മയുടെ വയർ വീർത്തു വരുന്നു. നടക്കുന്നത് പതുക്കെ
യാണ്. ഉണ്ണിക്ക് അതു കാണുമ്പോൾ സങ്കടം വരും. അവൻ ചോദി
ച്ചു, അമ്മയുടെ വയറ്റിൽ കാറ്റാണോ എന്ന്. അമ്മ ചിരിച്ചു. എന്നിട്ട്
ഉണ്ണിയെ മാറോട് അണച്ച് തലോടിക്കൊണ്ടു പറഞ്ഞു, അമ്മയുടെ
വയറ്റിൽ ഒരു കുഞ്ഞു വാവയുണ്ട് എന്ന്. ഉണ്ണിക്കുട്ടന് വിശ്വാസമാ
യില്ല. ഈ വയറിനുള്ളിൽ കുഞ്ഞു വാവ എങ്ങനെ വന്നു. അത്
ആദ്യമേ അമ്മയുടെ വയറ്റിൽ ഉണ്ടായിരുന്നത്രേ. ഒരു കടുകുമണി
പോലെ. ഇപ്പോൾ വളർന്ന് വലുതായത്രേ. ഉണ്ണിയും അതു
പോലെയായിരുന്നോ? ആയിരുന്നത്രേ. ഉണ്ണി മനസ്സിൽ കണ്ടു, കടു
കുമണി പോലുള്ള ഉണ്ണി. അതിനു കൈയ്യുണ്ട്, വായുണ്ട്, തലയു
ണ്ട്, തലയിൽ കറുത്ത മുടിയുണ്ട്. ആ മുടിയിൽ കറുത്ത പേനു
ണ്ടാകുമോ ...? ഉണ്ടാവുമായിരിക്കും. അത് ചിരിക്കുന്നു. ഉണ്ണി അറി
യാതെ ചിരിച്ചു പോയി. അമ്മ ചോദിച്ചു, ഉണ്ണിക്കുട്ടന് കുഞ്ഞനു
ജൻ വേണോ, അതോ കുഞ്ഞനുജത്തി വേണോ എന്ന്. കുഞ്ഞനു
ജത്തീന്ന് ഉണ്ണി ഉടനടി ഉത്തരം പറഞ്ഞു. അപ്പുറത്തെ വേണുവിന്

കുഞ്ഞനുജത്തി ഉണ്ട്, ചന്തൂനുമുണ്ട്. ഉണ്ണിക്കുട്ടനും അനുജത്തി മതി.

കാലം വീണ്ടും മുന്നോട്ടു പോയി. ലോകം മാറി. പാതയുടെ ഇരുവശവും പുതിയ എടുപ്പുകൾ വന്നു. നാടും വളരുന്നു. ഉണ്ണിയും വളർന്നു. പക്ഷേ ഉണ്ണിയുടെ പ്രകൃതം മാറിയില്ല. അവൻ ഇപ്പോഴും സംശയങ്ങൾ ചോദിക്കുന്നു. ഉത്തരം കിട്ടാത്തവ അവന്റെ മനസ്സിൽ ഫോസിലുകളായി കുന്നുകൂടി. ഉണ്ണിക്ക് ഒരു കുഞ്ഞനുജത്തി ഉണ്ട്. പല്ലില്ലാത്ത മോണ കാട്ടി ചിരിക്കുന്ന ഒരു മിടുക്കി കുട്ടി. ഉണ്ണി സ്കൂളിൽ പോകുന്നുണ്ട്. ആദ്യമെല്ലാം അവൻ മാഷുമാരെ ചോദ്യങ്ങൾ കൊണ്ട് വീർപ്പുമുട്ടിക്കുമായിരുന്നു. എന്നാൽ ഇപ്പോൾ അവൻ മാഷുമാരോട് സംശയങ്ങൾ ചോദിക്കാറില്ല. അവർക്കുത്തരം മുട്ടിയാൽ അവർ ശകാരിക്കും, പരിഹസിക്കും. ചിലപ്പോൾ തല്ലും. കൂട്ടുകാരും കളിയാക്കും. അവർ 'സംശയമുണ്ണീ' എന്ന് വിളിക്കും. അമ്മ പറയും ഇനി സംശയം ചോദിച്ചാൽ കരിംപൂതം പിടിക്കുമെന്ന്. ഉണ്ണി കരിംപൂതത്തെ കണ്ടിട്ടില്ല. അവന്റെ മനസ്സിൽ തെങ്ങുകയറ്റക്കാരൻ കേളുവാണ് കരിംപൂതം. അയാൾക്ക് കറുത്ത തടിച്ച ദേഹമുണ്ട്, ശരീരം മുഴുവൻ കറുത്ത രോമമുണ്ട്, ചോരച്ച ഉണ്ടക്കണ്ണുണ്ട്, കൊമ്പൻ മീശയുണ്ട്, കേളു കള്ള് കുടിക്കും. നീണ്ടു വളഞ്ഞ ഒരു കത്തിയാൾ അയാൾ എപ്പോഴും അരയിൽ തൂക്കിയിട്ടിരിക്കും. കള്ളു കുടിച്ചാൽ കേളു ആൾക്കാരെ തല്ലും. കണ്ണു പൊട്ടുന്ന ചീത്ത വിളിക്കും. ഉണ്ണിയുടെ അച്ഛൻ കള്ളു കുടിക്കാറില്ല. ആരേയും തല്ലാറുമില്ല, ചീത്ത പറയാറുമില്ല. കേളുവിനെ നാട്ടുകാർക്കെല്ലാം പേടിയാണ്. ഉണ്ണിക്കുട്ടന്റെ രാത്രികളിൽ കേളു കരിംപൂതമായി വന്ന് കണ്ണുരുട്ടും.

നാട് വീണ്ടും വളർന്നു. ഉണ്ണിയും വളർന്നു. അവന്റെ സംശയങ്ങൾ ഇപ്പോൾ മറ്റു പലതുമാണ്. കുഞ്ഞു കുഞ്ഞു സംശയങ്ങൾ മാറി രാജ്യത്തെ സംബന്ധിക്കുന്ന വലിയ വലിയ കാര്യങ്ങളായി. പെൺവാണിഭം, സ്ത്രീധനപീഢനം, കൊലപാതകം, കൊള്ള, പ്രണയം, വഞ്ചന, കാമം, ബലാൽസംഗം, അഴിമതി, കുംഭകോണം

....

ഉണ്ണി അവന്റെ ലോകത്ത് ഏകനായി. അവൻ സംശയങ്ങ ളോട് സംവദിച്ചു. അവന്റെ ലോകത്ത് വിശപ്പില്ല, ദാഹമില്ല. അവന്റെ ചോദ്യങ്ങൾക്ക് പലതിനും ഉത്തരവും കിട്ടിയില്ല. അവന്റെ മനസ്സിൽ ഫോസിലുകൾ കുന്നുകൂടി. അവ അവനെ അസ്വസ്ഥനാ ക്കിക്കൊണ്ടേയിരുന്നു.

കൂനിത്തള്ളയും
മേഘത്തുണ്ടുകളും

രാത്രി മുതൽ തുടങ്ങിയ ഇടമുറിയാത്ത മഴ, ഇപ്പോൾ തോർന്നതേയുള്ളൂ. ഇടവപ്പാതി തുടങ്ങിയിരിക്കുന്നു. ഇന്നലേയും അതിനു മുന്നിലും നല്ല പെയ്ത്തുണ്ടായിരുന്നു. തോടുകളൊക്കെ നിറഞ്ഞു തുടങ്ങി. കിണറ്റിൽ എന്തൊരു വെള്ളമാണ്. ഉണ്ണി ക്കുട്ടന്റെ വീട്ടിലെ കിണർ ഒരിക്കലും വറ്റാറില്ല. നല്ല ആഴമുള്ള കിണറാണ്. കണ്ണീരുപോലുള്ള വെള്ളം, നല്ല തണുപ്പുമുണ്ട്. വെറുതേ മൂടിപ്പുതച്ച് കിടക്കാൻ നല്ല സുഖം തോന്നി. നല്ല കുളിര്. ഇളം വെയിൽ ജനാലയിലൂടെ അരിച്ചെത്തി. മുറിക്കുള്ളിൽ തണുത്ത നിഴലുകൾ ഇളകിക്കൊണ്ടിരിക്കുന്നു. കാറ്റിന് മഴച്ചാ റ്റിന്റെ ഈർപ്പമുണ്ട്. വെറുതേ മഴയെക്കുറിച്ചോർത്തു. വെള്ളം നീരാവിയായി പൊങ്ങി. മഴയായി താഴും. ആ വെള്ളം അരുവി യായി, പുഴയായി, കായലായി, കടലാകുന്നു. കരയിലെ ലവണ ങ്ങൾ ഒലിപ്പിച്ചിറക്കി കടലിൽ ഉപ്പു നിറയും. അങ്ങനെയാണെങ്കിൽ പുഴയിലും തോട്ടിലും എന്താ ഉപ്പില്ലാത്തത്. ഉത്തരം കിട്ടിയില്ല. ഫോസിലുകൾ രൂപം കൊള്ളുമ്പോൾ ഉറക്കത്തിന്റെ സുഖം നഷ്ടപ്പെട്ടു. പുതപ്പു മാറ്റി കിടക്കയിൽ എഴുന്നേറ്റിരുന്നു. ഒന്നും ചെയ്യുവാനില്ലാത്ത ദിവസം. വെറുതേ ഇരിക്കുന്നതിൽ ഒരു സുഖ മുണ്ട്. ഇലയിൽ മഴത്തുള്ളി ഇറ്റുവീഴുന്ന ഒച്ച പോലും കേൾക്കാം. ഒപ്പം താളത്തിലുള്ള ഒരു യന്ത്ര ശബ്ദം. ചുമരിലുറപ്പിച്ച ഘടികാര ത്തിൽ നിന്നാണ്. ഹൃദയസ്പന്ദനം പോലെ. ഘടികാരം മരണസൂചികയാണെന്ന് തോന്നി. കഴിഞ്ഞുപോകുന്ന ഓരോ സെക്കന്റിലും നാം മരിച്ചുകൊണ്ടിരിക്കുകയല്ലേ. ഓരോ ജന്മദിനം

ആഘോഷിക്കുമ്പോഴും മരണത്തോട് നാം ഒരു കാതം കൂടി അടുക്കുന്നു. അത് സന്തോഷത്തോടെ ആഘോഷിക്കുമ്പോൾ ആരെങ്കിലും മരണത്തോട് അടുക്കുന്ന നാളാണ് ആഘോഷിക്കുന്നതെന്ന് ഓർക്കാറുണ്ടോ. മരിക്കുമ്പോൾ ആർത്തലച്ചു കരയാറുമുണ്ട്. വല്ലാത്ത വിരോധാഭാസം തന്നെ.

ശരീരത്തിന് വല്ലാത്ത ആലസ്യം. കിടക്ക വിട്ട് എഴുന്നേൽക്കാനേ തോന്നിയില്ല. വെറുതേ ഒരു ദിവസം ചെലവഴിക്കാൻ പറ്റിയ സ്ഥലമേതാണ്. ഓർത്തുനോക്കി. ഓരോ സ്ഥലങ്ങളിങ്ങനെ മനസ്സിൽ വന്നു. കടപ്പുറത്തേയ്ക്ക് പോയാലോ? ഉറപ്പിച്ചു. എഴുന്നേറ്റു മൂരി നിവർത്തി. സന്ധികൾ ഉലയുന്ന ഒച്ച. ഞൊട്ടയിടുന്നത് വളരെ രസമുള്ള ഏർപ്പാടാണ്. കയ്യിലെ ഞൊട്ട തെരുതെരെ ഒടിക്കുന്നത് എനിക്കെന്നും വളരെ ഇഷ്ടമായിരുന്നു. മുത്തശ്ശിയായിരുന്നു എന്റെ കയ്യിലെ ഞൊട്ട ആദ്യമായി വിട്ടത്. അന്നെനിക്ക് നന്നായി വേദനിച്ചു. പിന്നെ താനേ ശീലിച്ചു നോക്കി. ആദ്യമൊന്നും ഒച്ച കേൾക്കില്ലായിരുന്നു. പതിയെ ഞാനതിൽ മിടുക്കനായി.

വെള്ളത്തിനു നല്ല തണുപ്പ്. വെള്ളം തൊട്ടപ്പോൾ രോമങ്ങൾ എഴുന്നു നിന്നു. പട്ടിയെക്കണ്ട പൂച്ചയെപ്പോലെ. ശരീരം നന്നായി നനഞ്ഞപ്പോൾ തണുപ്പധികമില്ലെന്ന് തോന്നി. കുളിച്ചു കയറിയ എന്റെ പല്ലുകൾ കിടുകിടുത്തു. കൈകൾക്കൂട്ടിത്തിരുമ്മി കവിളത്ത് ചൂടുവച്ചു. ഏതു ഷർട്ടാണിടുക? ജീൻസും കറുത്ത ഷർട്ടുമിടാം. കറുത്ത ഷർട്ടുകൾ ചൂട് അധികം വലിച്ചെടുക്കും. അപ്പോൾ തണുപ്പോ. അതും അധികം വലിച്ചെടുക്കുമായിരിക്കും. പക്ഷേ ആ ഷർട്ടിടാതിരിക്കാൻ തോന്നിയില്ല. ചില സമയത്ത് നമുക്ക് പ്രകൃതി നിയമങ്ങൾക്കെതിരെ പ്രവർത്തിക്കാൻ തോന്നും. ഷൂ ആണോ ചെരുപ്പാണോ നല്ലത്. ഷൂ തന്നെ. ജീൻസിന് ഷൂ ആണ് ചേരുക. മാത്രമല്ല മഴയത്ത് ചെരുപ്പിട്ട് വെറുതേ ചെളിയടിക്കണ്ടല്ലോ. മൂടിക്കെട്ടിയ അന്തരീക്ഷം. ആകിലും ചെളി ചവിട്ടാണ്ട് ചാടിച്ചാടി നടന്നു. തോട്ടിലും പറമ്പിലെ ചാലുകളിലുമൊക്കെ മഴവെള്ളം കുടുകുടെ ചാടുന്ന ഒച്ച കേട്ടു. കുറേക്കൂടി ചെറുതായിരുന്നപ്പോൾ എനിക്ക് മഴയെ വല്ലാത്ത ഇഷ്ടമായിരുന്നു. പുതുമഴ

പെയ്യുമ്പോഴുണ്ടാകുന്ന മണ്ണിന്റെ മണം. മൂക്കു തുറന്ന് ഞാനത് വലിച്ചു കയറ്റുമായിരുന്നു. അമ്മ ആ സമയത്ത് പുറത്തിറങ്ങാനേ അനുവദിക്കുമായിരുന്നില്ല. പുറത്ത് പാമ്പുകളുണ്ടാവുമത്രേ. പൊടി മണ്ണ് തിന്നാൻ വരുന്നവ. "പാമ്പുകൾക്കെന്തിനാമ്മേ മണ്ണ്. അവയ്ക്ക് എലികളും തവളകളും ഒക്കെപ്പോരേ". ചിലപ്പോൾ മഴയത്ത് ആലിപ്പഴങ്ങൾ വീഴാറുണ്ട്. നല്ല വെളുത്ത് മുത്തുപോലുള്ള മഞ്ഞുകട്ടകൾ. അവ കൈയ്യിലെടുക്കുമ്പോഴേക്കും അലിഞ്ഞുപോകും. ഇവ എങ്ങനെ ഉണ്ടാകുന്നു? മാനത്ത് മഞ്ഞുകൊണ്ട് ഒരു വലിയ മേൽക്കൂരയുണ്ടാകും. ഇടിവെട്ടുമ്പോൾ അത് ഇടിഞ്ഞുവീഴും ആലിപ്പഴങ്ങളായി. പിന്നെയും ഒരുപാടുണ്ട് മഴയെക്കുറിച്ച്. മഴയത്ത് വെള്ളം പൊന്തി വരുമ്പോൾ കടലാസു വഞ്ചിയുണ്ടാക്കി വിട്ടത്. അനിയത്തിയുടെ വഞ്ചി വെള്ളം തേകി മുക്കിയത്. അപ്പോൾ അവൾ കരഞ്ഞു ചെന്ന് അമ്മയോട് പറഞ്ഞതുമൊക്കെ. എനിക്ക് ഏറ്റവും ഇഷ്ടമുണ്ടായിരുന്നത് പെയ്തിറങ്ങുന്ന മഴത്തുള്ളികൾ വെള്ളത്തിൽ തീർക്കുന്ന കിരീടങ്ങളായിരുന്നു. ചതുരംഗത്തിലെ രാജാവിന്റെ കിരീടം പോലെ.

പാടത്ത് നിറയെ വെള്ളം തോട്ടിലെ തടിപ്പാലത്തിലൂടെ നടക്കുമ്പോൾ താഴെ കലങ്ങിമറിഞ്ഞ വെള്ളം നിറഞ്ഞൊഴുകുന്നു. എതിരെ തെങ്ങുകയറ്റക്കാരൻ കേളു വരുന്നുണ്ടായിരുന്നു. അയാൾ ഒരറ്റത്തേ യ്ക്ക് ഒതുങ്ങി നിന്നു.

"ഏടെപ്പോണൂ കുട്ടിമേന്നേ" ?
"ഒന്നു പുറത്തേയ്ക്കിറങ്ങിയതാ "
"മഴയല്ലേ"
"ഓ, വീട്ടിലിരുന്ന് മടുത്തു"
"പരൂക്ഷ കഴിഞ്ഞില്ലീ, ജയിച്ചാ "?
"റിസൾട്ട് വന്നിട്ടില്ല"

ഞാൻ നടന്നു നീങ്ങി. പാവത്തിന് റിസൾട്ട് എന്നാലെന്തെന്ന് അറിയാമോ ആവോ? സ്കൂൾ ഫൈനൽ റിസൾട്ട് വരാറായി. നല്ല മാർക്കോടെ ജയിക്കും. മറ്റാരും ജയിച്ചില്ലെങ്കിലും സംശയം ഉണ്ണി ജയിക്കും. അവൻ വലിയ ആളാകാനുള്ളവനാണ്. കോളേജിൽ പോകണം. മുത്തശ്ശി പറയാറുള്ളതുപോലെ പഠിച്ച് വലിയ മൈസ്രേട്ടാവണം. മൈസ്രേട്ടായാൽ സംശയങ്ങൾക്ക് ഉത്തരമാരുതരും. മൈസ്രേട്ടിനെക്കാലും വലിയ ആളുണ്ടോ ?

കോളേജ് സ്വപ്നങ്ങളുടെ ലോകത്തുണ്ട്. അവിടെ പൂത്തവാകമര ങ്ങളുണ്ട്. ചുവപ്പും മഞ്ഞയും പൂക്കൾ നിറഞ്ഞ മരങ്ങൾക്കു താഴെ പ്രേമമുണ്ട്. വെറും പ്രേമം. ശാരീരികമായ ആകർഷണം. കൗമാര ത്തിന്റെ ചാപല്യങ്ങൾ മാത്രം. പരസ്പരം മനസ്സിലാക്കില്ല. പര സ്പരം മനസ്സിലാക്കിയാൽ പ്രേമം തോന്നുമോ! ഇല്ല. പ്രേമം കാമാ ധിഷ്ഠിതമാണ്. പരസ്പരം അറിഞ്ഞാൽ പിന്നെന്ത് ആകർഷണം. മിനുത്ത ത്വക്ക്, അതിനടിയിൽ മാംസം, പിന്നെ എല്ലിൻ കൂടുകൾ. എല്ലാം നശിക്കും. മാംസം പുഴുക്കളാകും. നുരക്കുന്ന വെളുത്ത പുഴുക്കൾ. അങ്ങനെയുള്ള ശരീരത്തെ ആരു കാമിക്കും. മനസ്സിലാ ക്കൽ എന്നാൽ ഉള്ളുകൊണ്ട് ഉള്ളിനെ അറിയലാണ്. ആത്മാവും ആത്മാവും അറിയൽ. അതാണ് സ്ഥായിയായ ഭാവം. പരസ്പരം അറിയൽ.

മഴക്കാലമാണെങ്കിലും പട്ടണത്തിൽ തിരക്ക് നുരക്കുന്നു. ഈച്ചകളെപ്പോലെ ഇരമ്പുന്ന വാഹനങ്ങൾ, നുരക്കുന്ന പുഴുക്കൾ പോലെ മനുഷ്യർ. തിരുക്കു പിടിച്ചവർ, ആർക്കും തിരിഞ്ഞു നോക്കാൻ കൂടി സമയമില്ല. നിരത്തിന്റെ വക്കു പറ്റിയിരുന്ന ഭിഷ ക്കാരി വ്രണത്തിൽ പറ്റിയിരുന്ന ഈച്ചകളെ കയ്യാട്ടി ഓടിച്ചു. അവ രുടെ ശുഷ്കമായ മുലകളിൽ പ്രതീക്ഷയോടെ കടിച്ചു വലിക്കുന്ന എല്ലുന്തിയ കുഞ്ഞ്. തിരക്കു പിടിച്ച മനുഷ്യർക്കു നേരെ അവർ കൈനീട്ടി യാചിച്ചു. ഒരു രൂപാ നാണയം ആ കയ്യിലേയ്ക്കിട്ട് ഞാൻ മുന്നോട്ടു നടന്നു. അവളുടെ നന്ദി വിടർന്ന മുഖം ഞാൻ മന സ്സിൽക്കണ്ടു. പയ്യാമ്പലം ബസിൽ കയറി കമ്പിയിൽ ഞാന്നു നിന്നു. ബസിൽ നിന്ന വേശ്യയുടെ തലയിലെ മുല്ലപ്പൂവിന്റെ മണം എന്നെ ശ്വാസം മുട്ടിച്ചു. അവളുടെ നിതംബം തലോടി നിൽക്കുന്ന ഒരു മധ്യവയസ്സുകാരന്റെ ചാപല്യം. പയ്യാമ്പലം സ്റ്റോപ്പിൽ ബസ് നിർത്തി. എന്നെയിറക്കി തല കാണാത്ത ഒരു കരിനാഗം പോലെ നീണ്ട പാതയിലൂടെ കറുത്ത പുക തുപ്പി കിതച്ചുകൊണ്ട് ബസ് അകന്നുപോയി. തുള്ളിക്കളിക്കുന്ന തിരകൾ എന്നെ ക്ഷണിക്കു ന്നു. ഞാൻ ഷൂസ് ഊരിവച്ചു. ജീൻസ് മടക്കി ഉയർത്തി. തിരകൾ കാലുകളിൽ അള്ളിപ്പിടിച്ച് കയറാൻ നോക്കുന്നു. മടങ്ങിപ്പോകു മ്പോഴും തിരികെ വരുമ്പോഴും തിരകളെന്നെ നോക്കി ചിരിച്ചു. ഇടയ്ക്കൊരു വികൃതിത്തിര വന്ന് എന്റെ അരയൊപ്പം നനച്ചു.

എനിക്കരിശമായി. ഞാൻ തിരകളെ തെറി വിളിച്ചു. ശപിച്ചു. കടലു കാണുമ്പോൾ ഞാനിപ്പോഴും കൊച്ചുകുട്ടിയാകുന്നു. നിറയെ സംശയങ്ങളുള്ള മുഖത്ത് അമ്പരപ്പുള്ള ബാലൻ ഞാനാതീരത്തെ ഴുതി - "കടലമ്മ കള്ളീ" - ഓടി വന്ന തിര അതൊക്കെ തൂത്തെറി ഞ്ഞു. വീണ്ടുമെഴുതി. വീണ്ടും തിര അതൊക്കെ തൂത്തു. കുറേ നേരമിതു തുടർന്നു. ഞാൻ കിതച്ചുകൊണ്ട് തിരകളോട് സുല്ലിട്ടു മുകളിലേയ്ക്കു കയറി. ആകാശം നോക്കി മലർന്നു കിടന്നു. കണ്ണിനു മുന്നിൽ പൊന്നീച്ചകൾ പാറി നടന്നു. ആയിരങ്ങൾ, ലക്ഷ ങ്ങൾ, കോടികൾ. ഇരുണ്ട നിറമുള്ള പഞ്ഞിത്തുണ്ടുകൾ പോലെ മുകളിൽ കാർമേഘക്കീറുകൾ, പരന്ന് കിടന്നു. സൂര്യപ്രഭയേറ്റ അവയുടെ വക്കുകൾ വെള്ളിയുരുക്കി ഒഴിച്ചപോലെ തിളങ്ങി. അവ കാറ്റിൽ പ്പെട്ട് മെല്ലെ നീങ്ങിക്കൊണ്ടിരുന്നു. കുറച്ചു നീങ്ങി വലതുവശത്തു കണ്ട ഒരു മേഘത്തിന് ഞാൻ വെറുതേ ഒരു കൂനി ത്തള്ളയുടെ രൂപം സങ്കൽപ്പിക്കാൻ ശ്രമിച്ചു. ഓർമ്മിക്കാൻ തീരെ സാധ്യതയില്ലാതിരുന്ന ഒരാളെ ഓർക്കാൻ അത് കാരണമായി. അല്ലെങ്കിലും അടുക്കും ചിട്ടയും ഒരിക്കലും വരുത്താനാകാത്ത ഏക സാധനം മനസ്സാണല്ലോ. മനസ്സിനെ ഒരു സാധനം എന്ന് പറ യാനാകുമോ. അത് ഒരു അവയവമല്ല, രൂപമില്ല, നിറവുമില്ല. അത് ഒരു സങ്കൽപ്പമോ, പ്രതിഭാസമോ മാത്രമാണ്. ഞങ്ങളുടെ നാട്ടിൽ ഒരു കൂനിത്തള്ളയുണ്ടായിരുന്നു. ഞാൻ അഞ്ചാം തരത്തിലോ മറ്റോ പഠിക്കുമ്പോൾ അവർ ദീനം വന്ന് മരിച്ചു പോയി. ഒരു മുഷിഞ്ഞ ഒറ്റ മുണ്ടുടുത്തിരുന്ന അവർ റവുക്കയിട്ടിരുന്നില്ല. അവ രുടെ ചുക്കിച്ചുളിഞ്ഞ മുലകൾ താങ്ങില്ലാതെ ഞാന്നു കിടന്നിരുന്നു. കയ്യിൽ ഒരു ഊന്നുവടിയുണ്ടാകും. പല്ലില്ലാത്ത അവരുടെ കീഴ്ത്താടി യെല്ല് എപ്പോഴും അയവെട്ടിക്കൊണ്ടേയിരിക്കും. കാതു കൾ ശ്രീബുദ്ധന്റേതുപോലെ നീണ്ട് തൂങ്ങിയിട്ട് ഇരുണ്ട നിറമുള്ള തൊലി ശല്ക്കങ്ങൾപോലെ തിളങ്ങുമായിരുന്നു. പള്ളിക്കൂടത്തി ലേയ്ക്ക് പോകുന്നവഴിക്കാണ വരുടെ കുടില്. ഈറ്റയില മേഞ്ഞ ചാണകം തേച്ച കുടില്. ഞങ്ങൾ പള്ളിക്കൂടത്തിലേയ്ക്ക് പോകു മ്പോഴും വരുമ്പോഴും അവർ തിണ്ണയിലുണ്ടാകും. പല്ലില്ലാത്ത താടിയെല്ലുകൾ ചലിപ്പിച്ചുകൊണ്ട് അവർ കുന്തിച്ചിരുന്നു. അവർ ഇരിക്കുമ്പോൾ ചുമലുകളോളം കാൽമുട്ടുകൾക്കിടയിലായിരി-

ക്കും. ചുമലിലെ കൂന് തലയേക്കാളും പൊന്തി നിന്നിരുന്നു. ഞങ്ങൾ അവിടെ സ്ലേറ്റിൽ തേയ്ക്കാനുള്ള മഷിത്തണ്ടുകളും, ഞവരയിലകളും ഒടിക്കാൻ കയറുമായിരുന്നു. ചെത്തിയൊരുക്കാത്ത അവരുടെ മുറ്റം നിറയെ അവ കാടു പോലെ വളർന്നു നിന്നിരുന്നു. ചങ്ങാതിമാർ മഷിത്തണ്ടൊടിക്കുമ്പോൾ ഞാൻ കൂനിത്തള്ളയുടെ അരികത്ത് അവരെ നോക്കി നിൽക്കുമായിരുന്നു. എനിക്കെന്തോ അവരെ അങ്ങനെ നോക്കി നിൽക്കുമ്പോൾ വല്ലാതെ സങ്കടം തിക്കി വന്നിരുന്നു. കാഴ്ചയില്ലെങ്കിലും അടുത്ത് ആളു നിൽക്കുന്നത് അവർക്ക് മനസ്സിലാകും. കുട്ടികളുടെ കലപില ശബ്ദം കേൾക്കുമ്പോൾ അവരുടെ മഷിയിറങ്ങിയ കണ്ണുകളിൽ തിളക്കമൂറുന്നത് ഞാൻ കണ്ടിട്ടുണ്ട്. കൂനിത്തള്ള എന്റെ നിശബ്ദ വേളകളിൽ ഒരു വേദനയായി നിന്നു. അവർക്ക് മറ്റു പേരുകളൊന്നും ഉണ്ടായിരുന്നില്ലെന്ന് തോന്നുന്നു. അഥവാ ഉണ്ടായിരുന്നെങ്കിലും ആരും വിളിക്കാറില്ലായിരുന്നു. എനിക്ക് ഓർമ്മ വച്ച നാൾ മുതൽ ഞാൻ കേൾക്കുന്ന പേര് കൂനിത്തള്ള എന്നായിരുന്നു. അവർക്ക് ഒരു മകനുണ്ടായിരുന്നു. കുട്ടിക്കാലത്തു തന്നെ അവന്റെ അച്ഛൻ മരിച്ചുപോയിത്രേ. പിന്നെ കൂനിത്തള്ള അവനെ കഷ്ടപ്പെട്ടു വളർത്തി. അന്നവർക്ക് കൂനില്ലായിരുന്നു. വലിയ വീടുകളിൽ നെല്ലുകുത്തിക്കൊടുത്ത് അവർ മകനെ വളർത്തി. ഞങ്ങളുടെ തറവാട്ടിലും അവർ നെല്ലുകുത്താൻ വന്നിരുന്നുവത്രേ. ആ തൊഴിൽ അവർക്ക് മുതുകത്തൊരു കൂനും ഒരു പേരും സമ്മാനിച്ചു. അവൻ വലുതാകും തോറും വീട്ടിലെ ദാരിദ്ര്യത്തിൽ അമർഷം കൊണ്ടു. ആ ദേഷ്യം അമ്മയുടെ നേരെ വെറുപ്പായി മാറി. അവൻ ചോദിക്കുമ്പോഴൊക്കെ ആ അമ്മ എവിടുന്നെങ്കിലും കാശുണ്ടാക്കി അവന് കൊടുത്തു. അവൻ പണിയെടുക്കാതെ നടക്കുന്നതിൽ ഒരു പരാതിയും പറഞ്ഞില്ല. പക്ഷേ എന്നിട്ടും ഒരുനാൾ അവൻ നാടുവിട്ട് പോയി. പിന്നീടൊരിക്കലും മടങ്ങിവന്നിട്ടില്ലത്രേ. കൂനിത്തള്ള പിന്നെ പണിയെടുക്കാൻ പോയിട്ടില്ല. എന്നെങ്കിലും തിരികെ വരുന്ന മകനെക്കാത്ത് അവർ ഉമ്മറത്തിണ്ണയിൽ കുത്തിപ്പിടിച്ചിരുന്നു.

ഒരുദിവസം മഷിത്തണ്ടൊടിക്കാൻ പോയ ഞങ്ങളെ ഒന്നു രണ്ടുപേർ തിരികെ പറഞ്ഞുവിട്ടു. കൂനിത്തള്ളയ്ക്ക് എന്തോ ദീനാത്രേ. പിന്നീടൊരിക്കലും കൂനിത്തള്ളയെ തിണ്ണയിൽ കണ്ടിട്ടില്ല. ഞങ്ങൾ മഷിത്തണ്ടൊടിക്കാൻ കയറിയിട്ടുമില്ല. ഒടിച്ചെടുക്കാത്ത മഷിത്തണ്ടുകൾ കാടുപോലെ വളർന്ന് തിണ്ണയിലേയ്ക്കും പടർന്നു.

ഒരുനാൾ കറുത്ത ശവവണ്ടി വലിച്ച് കുതിരയെത്തി. കൂനിത്തള്ളയെ കൊണ്ടുപോകാൻ. അവർക്ക് വസൂരി ദീനമായിരുന്നത്രേ. വസൂരി വന്ന് മരിച്ചവരെ കൊണ്ടുപോകാൻ ശവവണ്ടി വരും. അവരെ പായോടെ ചുരുട്ടിയെടുത്ത് ദൂരെ ഒരു മലയുടെ മറുവശത്ത് കൊണ്ടുപോയി കുഴി ച്ചിടും. ഉദകക്രിയ ചെയ്യാത്ത എള്ളും, പൂവും, നീരും കിട്ടാത്ത അവരുടെ ആത്മാക്കൾ അനാഥമായി അലഞ്ഞ് നടക്കും. ശവം എടുക്കുന്നതും കുഴിച്ചിടുന്നതുമൊക്കെ ശവവണ്ടിക്കാരന്റെ ചുമതലയാണ്. വസൂരിക്കലകൾ വന്ന പാടുള്ള ഒരു കറുത്ത തടിയനാണ് ശവവണ്ടിക്കാരൻ. അയാൾക്ക് വലിയ മീശയുണ്ട്. അയാളുടെ കണ്ണുകൾ എപ്പോഴും റാക്ക് കുടിച്ച് ചുവന്നിരുന്നു. ഞങ്ങൾക്ക് അയാളെയും വണ്ടിയെയും കാണുന്നത് വലിയ പേടിയായിരുന്നു.

എന്റെ ഓർമ്മകളിൽ കുറേ ദിവസം മഷിയൊഴിഞ്ഞ കണ്ണുകളിൽ തിളക്കമൂറുന്ന കൂനിത്തള്ള വേദനയായി നിന്നു. പിന്നെ പതുക്കെ മറന്ന് പോയി. ഒരു മഴക്കാലത്ത് ആ കുടിലിടിഞ്ഞു വീണു. ചെത്തിയൊരുക്കാത്ത മുറ്റത്തു നിന്ന് ഞവരകളും മഷിത്തണ്ടുകളും ഇടിഞ്ഞു വീണ കുടിലിനു മുകളിലേയ്ക്ക് വളർന്നു കയറി കാട് പിടിച്ചു.

ഇപ്പോൾ മേഘത്തിന് വേറെ ഏതോ ഒരു രൂപമാണ്. ശരിക്ക് പറയാൻ കഴിയുന്നില്ല. കാറ്റ് ആ മേഘത്തെ വലിച്ച് നീട്ടിയും, ഉരുട്ടി ഒട്ടിച്ചും പുതിയ രൂപങ്ങൾ തീർത്തുകൊണ്ടിരുന്നു. നിഴലിന് നീളം വച്ചപ്പോൾ വീട്ടിലേയ്ക്കുള്ള വണ്ടി പിടിക്കാൻ ഞാൻ ബസ്റ്റോപ്പ് ലക്ഷ്യമാക്കി നടന്നു.

✡✡✡✡

വേലിക്കെട്ടുകൾ

പണ്ട് പണ്ട് ഭൂമി ഒരു വിത്തായിരുന്നു. ഒരു കടുകുമണിയോളം പോന്ന കുഞ്ഞു വിത്ത്. സൂര്യൻ വിളഞ്ഞ് പാകമായപ്പോൾ അതിൽ നിന്നും പൊട്ടിപ്പുറത്തു വീണ പല വലിപ്പത്തിലുള്ള കുറേ വിത്തുകൾ. കാലക്രമത്തിൽ ആ വിത്തുകൾ തങ്ങളുടെ മാതൃഫലമായ സൂര്യന് ചുറ്റും കറങ്ങാൻ തുടങ്ങി. ആ വിത്തുകളെ നാം ഗ്രഹങ്ങൾ എന്നു വിളിച്ചു. മാതൃത്വത്തിന്റെ പാൽ കിനിയുന്നപോലെ ഭൂമിയിൽ ഉർവ്വരതയുണ്ടായി. അങ്ങനെ ആ വിത്തിന് മുളപൊട്ടി അത് പടർന്ന് പന്തലിച്ചു. അതിൽ കൃമികീടങ്ങൾ ഉണ്ടായി. അവിടെ ദ്വിവദങ്ങളും, ചതുർപദങ്ങളും, ഷഡ്പദങ്ങളും ഉണ്ടായി. അവയ്ക്ക് ലിംഗഭേദമുണ്ടായി. അവ വംശവർദ്ധന നടത്തി. അവിടെ നിർബാധം വിഹരിച്ചു. അവയിലെ കൃമികീടങ്ങൾ സൗരയൂഥത്തിന്റെ കയങ്ങളിലിറങ്ങിച്ചെന്ന് അഹങ്കരിച്ചു. പ്രകൃതിയെ വെല്ലുവിളിച്ചു. അവർ തമ്മിലടിച്ചു. ആ വിത്തിനുള്ളിൽ അതിർത്തികളും വേലിക്കെട്ടുകളുമുണ്ടായി.

ആ വിത്തിൽ അതിനേക്കാൾ ചെറിയ രണ്ട് മുട്ടകൾ ഉണ്ടായിരുന്നു. യുഗങ്ങൾ കഴിഞ്ഞപ്പോൾ അവയിലെ ഭ്രൂണങ്ങൾ വളർന്നു. അവ പുറന്തോട് പൊളിച്ച് പുറത്തേയ്ക്ക് വന്നു. സൂര്യപ്രകാശത്തിൽ നിന്ന് ഊർജ്ജം ഉൾക്കൊണ്ട് അവർ വളർന്നു. അവർ സൂര്യന് നന്ദി പറഞ്ഞു. ഒന്നാമത്തെയാൾ രണ്ടാമനോട് പറഞ്ഞു.

"സഹോദരാ നമസ്തേ"

"നിങ്ങൾക്കും നമസ്തേ"

രണ്ടാമൻ പ്രതിവചിച്ചു.

"നിങ്ങളെപ്പോഴുണർന്നു"

"നാഴികകളായി. നിങ്ങളുണരുന്നതും കാത്ത് നിൽക്കുകയായിരുന്നു."

"നമുക്കുണരാൻ സമയമായോ ?

"അറിയില്ല. നമുക്ക് പ്രജാപതിയോട് ചോദിക്കാം".

അവർ തരംഗ ഭാഷയിൽ പ്രജാപതിയോട് സംവദിച്ചു.

"പിതാവേ, അങ്ങേയ്ക്ക് പ്രണാമം"

"പ്രണാമം, കുഞ്ഞുങ്ങളേ"

"ഞങ്ങൾക്കുണരാൻ സമയമായോ ?

"ആയിട്ടില്ല. കുഞ്ഞുങ്ങളേ, നിങ്ങളുടെ ലോകമാകാൻ ഇനിയും യുഗ ങ്ങൾ കഴിയണം."നവജാതർ ദുഖിതരായി.

"പക്ഷേ പിതാവേ, ഞങ്ങൾക്ക് ഉറക്കം മടുത്തു"

"കുഞ്ഞുങ്ങളേ, ഇത് കലിയുഗമാണ്. ഇത് നിങ്ങൾക്ക് ഉറക്ക ത്തേക്കാൾ ദുസ്സഹമാവും.

"ഞങ്ങൾക്ക് ഈ ലോകം ചുറ്റിക്കാണാൻ ആഗ്രഹമുണ്ട്. കഴിയു മെങ്കിൽ വസിക്കുവാനും."

"കുഞ്ഞുങ്ങളേ, ഈ ലോകം വ്യത്യസ്തമാണ്. ഇവിടെ വ്യത്യസ്ഥ സ്ഥലങ്ങളിൽ വ്യത്യസ്ത ഭാഷകളാണ്. അവ നിങ്ങൾക്ക് മനസ്സിലാകുകയില്ല. നിങ്ങൾക്ക് നിർബന്ധമാണെങ്കിൽ ഈ ലോകം ചുറ്റിക്കാണാൻ അനുമതി തരുന്നു. ഭാഷകൾ മനസ്സി ലാക്കാനുള്ള കഴിവ് ഞാൻ തരാം. കഴിയുമെങ്കിൽ നിങ്ങൾക്ക് ഇവിടെ വസിക്കാം. അല്ലെങ്കിൽ ഭ്രൂണാവസ്ഥയിലേയ്ക്ക് മട ങ്ങാം."

തരംഗങ്ങൾ നിലച്ചു. സംവാദം അവസാനിച്ചു. ഞങ്ങളുടെ പൂർവ്വ ഗൃഹങ്ങളെ അവർ നന്ദിയോടെ നോക്കി. "പ്രിയ ഗൃഹമേ, ഇത്രയും കാലം ഞങ്ങളെ വെയിലിൽ നിന്നും മഴയിൽ നിന്നും സംരക്ഷിച്ചതിന് നന്ദി. ഞങ്ങൾക്ക് വിട തരിക. നമുക്ക് സഞ്ചാരം തുടങ്ങാമോ, സഹോദരാ" ? "ശരി".

അവർ ആദ്യം പടിഞ്ഞാറോട്ട് സഞ്ചരിച്ചു. സുന്ദരമായ പ്രകൃതി ദൃശ്യങ്ങൾ. പച്ച പുതച്ച വനങ്ങൾ. കുന്നുകൾക്ക് പാദ സരങ്ങൾ ചാർത്തി കിലുങ്ങിയൊഴുകുന്ന അരുവികൾ. മലമുക ളിൽ നിന്ന് ഹുങ്കാരവം മുഴക്കി താഴേക്ക് പതിക്കുന്ന വെള്ളച്ചാട്ട ങ്ങൾ. കാഴ്ചകൾ കണ്ട് അവർ അംബരചുംബികളുടെ നഗരത്തി ലെത്തി. ചീറിപ്പായുന്ന വാഹനങ്ങൾ. അവർക്ക് സ്വപ്നങ്ങളിൽ പോലും സങ്കൽപ്പിക്കാൻ കഴിയാത്ത പരിഷ്കാരങ്ങൾ. ചെമ്പൻ

മുടിയുള്ള വെള്ളാരം കണ്ണുകൾ ഉള്ള മനുഷ്യൻ. അവർ നിലത്തിറങ്ങി. പാതയോരത്തു കൂടി നടന്നു. റോഡു മുറിച്ച് കടന്നപ്പോൾ ഭാഗ്യം കൊണ്ട് കഷ്ടിച്ച് രക്ഷപ്പെട്ടു. അവർ പ്രജാപതിക്ക് നന്ദി പറഞ്ഞു. അവർ ഒരു സമുദ്രതീരത്തെത്തി. വിനോദ സഞ്ചാരികളുടെ തിരക്ക്, അൽപ്പ വസ്ത്രധാരികളായും വിവസ്ത്രരായും, ആതപസ്നാനവും സമുദ്ര സ്നാനവും നടത്തുന്ന സ്ത്രീ പുരുഷന്മാർ, ലജ്ജയില്ലാതെ പരസ്യമായി ആധരപാനം നടത്തുന്നവർ, രാസകേളികളിൽ മുഴുകിയവർ, അവർക്ക് മതിയായി. ബ്രഹ്മചര്യത്തിന്റെ ബന്ധനങ്ങൾ പൊട്ടുമെന്നായപ്പോൾ അവർ തിരിഞ്ഞു നടന്നു. കുറെ ദൂരെ മാറി തിരക്കൊഴിഞ്ഞ തീരത്തിരുന്നു. മുടി നീട്ടി വളർത്തിയ ഒരാൾ അവരെ സമീപിച്ചു. അവന്റെ കവിളുകൾ ഒട്ടി വലിഞ്ഞും, കണ്ണുകൾ മഞ്ഞച്ചും ഇരുന്നു. അവൻ അവരെ നോക്കി ചിരിച്ചു. അവന്റെ പല്ലുകൾ കറപിടിച്ച് കറുത്ത് കാണപ്പെട്ടു. അവൻ അവരോട് കുശലാന്വേഷണങ്ങൾ നടത്തി. കുറച്ചു കഴിഞ്ഞ് അവൻ ഒരു വെളുത്ത പൊടി നീട്ടിപ്പറഞ്ഞു. “ബ്രൗൺഷുഗർ ഉപയോഗിക്കുമോ ?”

“ഇല്ല”

“കുറച്ചു ഉപയോഗിച്ചു നോക്കൂ. വളരെ നല്ലതാണ്.” പിന്നെ അവൻ അതിന്റെ ഗുണങ്ങൾ അവരെ പറഞ്ഞ് മനസ്സിലാക്കി. അവർ അവന്റെ വാക്കിൽ മയങ്ങി. ആ വെളുത്ത പൊടി അവർ നാസാഗഹ്വരങ്ങളിലേയ്ക്ക് വലിച്ചു കയറ്റി. തലയ്ക്ക് കനം വയ്ക്കുന്നതായും കൺപോളകൾക്ക് കനം തൂങ്ങുന്നതായും അവരറിഞ്ഞു. തൊണ്ടയിൽ ഉഷ്ണക്കാറ്റ് ചൂളം വിളിച്ചു. കണ്ണുകൾക്ക് മുന്നിൽ ഒരു മഞ്ഞുപാളി കാഴ്ചകളെ മങ്ങിച്ചു. ബോധമണ്ഡലങ്ങളിൽ അവ്യക്തത. ആ അവ്യക്തതകളിലും പ്രജാപതിയുടെ സ്വരം അവർ കേട്ടു.

“കുഞ്ഞുങ്ങളേ, നിങ്ങൾ പാപം ചെയ്തിരിക്കുന്നു. പിശാചിന്റെ വാക് സാമർത്ഥ്യം നിങ്ങളെ കീഴടക്കിയിരിക്കുന്നു.”

നവജാതരുടെ ഉള്ള് പാപഭാരത്താൽ വിറകൊണ്ടു. അവർ പ്രജാപതിയോട് മാപ്പിരന്നു കരഞ്ഞു. അലിവിനാൽ പ്രജാപതിയുടെ ഉള്ള് നനഞ്ഞു.

"അത് പാപമാണെന്ന് ഞങ്ങൾക്കറിയില്ലായിരുന്നു പിതാവേ ! ഞങ്ങൾ ആ വാഗ്ധോരണിയിൽ വീണുപോയതാണ്. ഞങ്ങളെ രക്ഷിക്കണേ! ഈ പാപഭാരം ഞങ്ങളിൽ നിന്ന് തിരിച്ചെടുക്ക ണമേ". "നിങ്ങൾ മനം നൊന്ത് പശ്ചാത്തപിച്ചതിനാൽ ഞാൻ നിങ്ങളെ പാപവിമുക്തരാക്കുന്നു. ഇനി ഇതാവർത്തിക്കരുത്. ആവർത്തിച്ചാൽ നിങ്ങളുടെ ആയുസ്സിനെ അത് ബാധിക്കും. ഇനി മുതൽ പിശാച് നിങ്ങളെ വശീകരിക്കാനെത്തുമ്പോൾ ഞാൻ നിങ്ങൾക്ക് അപായസൂചന തരും. മറക്കരുത്". തരംഗങ്ങൾ നില ച്ചു. നവജാതർ ആശ്വാസനിശ്വാസം ഉതിർത്തു. അവരെ ബാധിച്ചി രുന്ന മന്ദത നിശ്ശേഷം വിട്ടുപോയി.

അവർ യാത്ര തുടർന്നു. ആതപാഘാതങ്ങളേറ്റ് ഭൂമി പഴുത്തു കിടന്നു. അവർ പാതയോരത്തോടുകൂടി നടന്നു. ഒരു പോലീസ് ഉദ്യോഗസ്ഥൻ അവരെ തടഞ്ഞ് നിർത്തി. "നിങ്ങൾ ഇവിടത്തുകാർ അല്ലെന്ന് തോന്നുന്നു". "അല്ല. ഞങ്ങൾ സഞ്ചാരി കളാണ്." "നിങ്ങളുടെ പാസ്പോർട്ടും മറ്റു രേഖകളും എവിടെ? കാണട്ടെ". നവജാതർ അമ്പരന്നു. "പാസ്പോർട്ടോ? അതെ ന്താണ്? ഞങ്ങൾ പ്രജാപതിയുടെ മക്കളാണ്. അദ്ദേഹത്തിന്റെ അനുമതിയോടെ ഈ ഭൂമി ചുറ്റിക്കാണുവാനെത്തിയതാണ്. ഈ പ്രപഞ്ചം മുഴുവൻ അദ്ദേഹത്തിന്റെ സ്വന്തമാണ്. ഇവിടെ സഞ്ചരി ക്കാൻ ഞങ്ങൾക്ക് യാതൊരു രേഖകളും ആവശ്യമില്ല."

"ഹോ, ഹോ, ഹോ !

ഉദ്യോഗസ്ഥൻ തല കുടഞ്ഞ് അലറിച്ചിരിച്ചു. "പ്രജാപ തിയോ? അതാര്? നിങ്ങൾ ഭ്രാന്ത് പറയുകയാണോ? നിങ്ങൾ ഞങ്ങളുടെ നിയമത്തിന് മുന്നിൽ കുറ്റവാളികളാണ്. നിങ്ങളെ ഞാൻ അറസ്റ്റ് ചെയ്യുന്നു." ഉദ്യോഗസ്ഥൻ അവരെ കയ്യാമം വച്ച് സ്റ്റേഷനിലേയ്ക്ക് കൊണ്ടുപോയി. ഭൂമിയിലെ നിയമങ്ങൾക്ക് മുന്നിൽ നവജാതർ പകച്ചു നിന്നു. അവരെ കോടതിയിൽ ഹാജരാ ക്കി. കോടതി അവരെ രണ്ടുവർഷത്തെ തടവിന് വിധിച്ചു. അവർ ഇരുട്ടറയിൽ അടയ്ക്കപ്പെട്ടു. അവർ പ്രജാപതിയോട് ചോദിച്ചു.

"പിതാവേ, ഞങ്ങൾക്കൊന്നും മനസ്സിലാകുന്നില്ല. ഇതെന്തു നിയമമാണ്. അങ്ങയുടെ ലോകത്ത് ഇങ്ങനെയുള്ള നിയമങ്ങൾ ഇല്ലായിരുന്നല്ലോ ?"

പ്രജാപതി ചിരിച്ചു. കുഞ്ഞുങ്ങളേ, ഞാൻ ആദ്യമേ പറഞ്ഞില്ലേ നിങ്ങൾക്കിവിടെ ജീവിക്കുവാനാകില്ലെന്ന്! ഈ ഭൂമി ഇപ്പോൾ ഭരിക്കുന്നത് എന്റെ സൃഷ്ടികളാണ്. അവർക്ക് അവരുടേതായ നിയമങ്ങൾ ഉണ്ട്. നിങ്ങൾക്കിപ്പോൾ ശനിയുടെ അപഹാരമാണ്. രണ്ടുവർഷം നിങ്ങൾ കഷ്ടതകൾ അനുഭവിച്ചേ മതിയാകൂ". തരംഗങ്ങൾ നിലച്ചു. തടവറയുടെ ഇരുട്ടിൽ നവജാതർ പുതിയ അനുഭവങ്ങളുമായി പൊരുത്തപ്പെടാൻ ശ്രമിച്ചു.

രണ്ടുവർഷം തടവറയുടെ ഇരുട്ട് സന്നിവേശിച്ച കണ്ണുകളിൽ വെളിച്ചത്തിന്റെ മഞ്ഞളിപ്പ്. പുറം ലോകത്തെത്തിയ അവർ പ്രജാപതിക്ക് നന്ദി പറഞ്ഞു. പിന്നീട് അവർ ഗാഗുൽത്താ മലയിലേയ്ക്ക് പോയി. തങ്ങളുടെ പൂർവ്വികൻ പ്രപഞ്ചത്തിലെ സൃഷ്ടികളുടെ മുഴുവൻ പാപഭാരവും കഴുകിക്കളയാൻ കുരിശിലേറി പീഡനം അനുഭവിച്ച സ്ഥലത്ത് അവർ പ്രാർത്ഥനാനിരതരായി. അതിനുശേഷം അവർ കിഴക്കോട്ടു സഞ്ചരിച്ചു. നീലമലകളും ഇരുണ്ട വനങ്ങളും താണ്ടി, അഗാധ നീലിമയൊളിപ്പിച്ച മഹാസമുദ്രങ്ങളും കടന്ന് അവർ കിഴക്കോട്ടേയ്ക്ക് സഞ്ചരിച്ചു. മണ്ണിനുവേണ്ടി മഹായുദ്ധം നടത്തിയവരുടെ നാട്ടിൽ അവരെത്തിച്ചേർന്നു. അവിടുത്തെ നാട്ടുകാർക്ക് മണ്ണില്ലായിരുന്നു. പുറംപോക്കിൽ കുടിലുണ്ടാക്കി അവർ പട്ടിണി കിടന്നു. പട്ടിണി കിടന്ന് എല്ലുന്തിയ കറുത്ത കുട്ടികൾ. അവരുടെ കണ്ണുകളിൽ തിളക്കവും സ്വപ്നങ്ങളും ഇല്ലായിരുന്നു. അവർ പ്രതീക്ഷയോടെ കൈകൾ നീട്ടി യാചിച്ചു. പുറം പൂച്ചുകളാൽ ശരീരത്തിലെ വ്രണങ്ങൾ മറച്ചു പിടിക്കുന്ന മഹാ നഗരങ്ങൾ. ദുർഗന്ധം വമിക്കുന്ന ചേരികൾ. പുഴുക്കൾ നുരക്കുന്ന ഓവു ചാലുകൾ. അവിടെ കൊതുകുകളും ഈച്ചകളും പുളയ്ക്കുന്നു. അവിടുത്തെ കുട്ടികളും പട്ടികളും ഒരുമിച്ചുറങ്ങുന്നു. എച്ചിൽ കൂമ്പാരങ്ങളിൽ അന്നം പരതുന്ന യാചകർ. അവിടുത്തെ മനുഷ്യർ പകലുകളിൽ ആദർശം പ്രസംഗിച്ചു. സദാചാരബോധവും ദേശീയതയും വളർത്തുന്നതായി ഭാവിച്ചു. രാത്രിക

ളിൽ അവർ മുഖംമൂടി ചീന്തിയെറിഞ്ഞ് രതികേളികളിലാറാടുന്നു. പണത്തിന് വേണ്ടി പിറന്ന നാടിനെ ഒറ്റിക്കൊടുക്കുന്നു, തട്ടിക്കൊണ്ടു വരുന്ന പെൺകുട്ടികളുടെ ചാരിത്ര്യത്തിന് വില പേശിയുറപ്പിക്കുന്നു. ദരിദ്ര കോടികളെ അവർ കാർക്കിച്ചു തുപ്പി.

നവജാതർ കണ്ണുകൾ പൊത്തി ഓടി രക്ഷപ്പെടാൻ ശ്രമിച്ചു. ചവറു കൂമ്പാരത്തിനിടയ്ക്ക് തീറ്റ പരതുന്ന ചാവാലിപ്പട്ടികൾ. കുന്നുകൂടിയ അവശിഷ്ടങ്ങൾ. മൂക്കു തുളയ്ക്കുന്ന ദുർഗന്ധം വമിക്കുന്നു. അതുകടന്ന് മുന്നോട്ട് നീങ്ങുമ്പോൾ ഒരാൾ അവരെ പിടിച്ചു നിർത്തി. ഒരു നോട്ടീസ് കൈയ്യിൽ കൊടുത്തു. അതിൽ ചുവന്ന അക്ഷരങ്ങൾ. "എയിഡ്സ് മാരകമാണ്. ചികിത്സ പ്രതി രോധം മാത്രം". ഏതോ ഗർഭ നിരോധന ഉറയുടെ പരസ്യം. ചുമരു കളിൽ ബോധവൽക്കരണത്തിന്റെ പരസ്യക്കടലാസുകൾ പതിപ്പി ച്ചിരിക്കുന്നു. ഉഷ്ണപുണ്ണു പിടിച്ച വ്യഭിചാരിണികൾ അവരെ മാടി വിളിച്ചു. അശ്ലീലാംഗ്യങ്ങൾ കാണിച്ചു. ശരീര നഗ്നത പ്രദർശിപ്പി ക്കുന്നു. അവരുടെ ബോധമണ്ഡലങ്ങളിൽ പ്രജാപതിയുടെ മുന്നറി യിപ്പ് ചൂളം കുത്തി. തിരിഞ്ഞുനടന്ന അവരെ നോക്കി ആ സ്ത്രീകൾ കണ്ണുപൊട്ടുന്ന അസഭ്യം പറഞ്ഞു.

ഒരാൾ തുളച്ച ടിന്നുമായി വന്നു. അയാൾ കയ്യിലെ ടിന്നിലെ നാണ യങ്ങൾ കുലുക്കി ശബ്ദമുണ്ടാക്കി. "സഹോദരാ, ക്ഷേത്രം പണി യാൻ സംഭാവന തരൂ" ഇത് ഹൈന്ദവ ഭൂമിയാണ്. നാലാം വേദ ക്കാരെ ഇവിടെ നിന്നോടിക്കണം. അവർ പാക്കിസ്ഥാനിൽ പോകട്ടെ".

നവജാതർ പകച്ചു നിന്നു. ഒന്നാമൻ ചോദിച്ചു. "സഹോദ രാ, എവിടെയാണീ പാക്കിസ്ഥാൻ" ? അതാ അവിടെ. ആ പച്ചക്കൊടി കെട്ടിയ സ്ഥലമില്ലേ, ആ അതിർത്തിക്കപ്പുറം, അതാണ് പാക്കിസ്ഥാൻ."

നവജാതർ അങ്ങോട്ട് നോക്കി. അവിടെ വേലിക്കെട്ടുകൾ കൊണ്ട് തിരിച്ച രണ്ടു സ്ഥലങ്ങൾ. ആ വേലിക്കെട്ടുകളിൽ പേരെ ഴുതി വച്ചിരിക്കുന്നു. "ഇന്ത്യ", "പാക്കിസ്ഥാൻ". അവിടെ പട്ടാള ക്കാർ പരസ്പരം തോക്കുകൾ ചൂണ്ടി നിൽക്കുന്നു. നവജാതർ ഭയന്നു. ഒന്നാമൻ പറഞ്ഞു. "സഹോദരാ, ഈ വേലിക്കെട്ടുകൾ

പൊളിച്ചു മാറ്റൂ. അവർ നിന്റെ സഹോദരങ്ങളാണ്. പരസ്പരം സ്നേഹിക്കാൻ പഠിക്കുക. ഇത് പ്രജാപതിയുടെ ഭൂമിയാണ്. ഇവിടെ വേലിക്കെട്ടുകൾ പാടില്ല". ഇതുകേട്ട അവൻ വിളിച്ചു കൂവി. "എല്ലാവരും ഓടി വരൂ, ഇതാ രണ്ട് പാക്കിസ്ഥാൻ ചാര ന്മാർ. ഇവരെ കൊല്ലൂ." നിമിഷങ്ങൾക്കകം അവർക്കു നേരെ കൂർത്ത കല്ലുകൾ മൂളി വന്നു. നവജാതർ കല്ലുകളിൽ നിന്ന് രക്ഷ നേടാൻ ഓടി.

കിതപ്പടക്കി നിന്ന നവജാതർക്കു മുന്നിൽ പുഞ്ചിരിയോടെ പ്രജാപതി പ്രത്യക്ഷനായി. "കുഞ്ഞുങ്ങളേ", അലിവൂറും സ്വര ത്തിൽ അദ്ദേ ഹം വിളിച്ചു. "പ്രണാമം പിതാവേ". അവർ കൈകൾ കൂപ്പി. "നിങ്ങൾക്കിവിടെ താമസിക്കണോ ? "വേണ്ട". അങ്ങ് പറ ഞ്ഞത് സത്യമാണ്. ഈ ലോകം ഉറക്കത്തേക്കാൾ ദുഃസ്സഹമാണ്." പ്രജാപതി പുഞ്ചിരിച്ചു. "ഞാൻ പറഞ്ഞില്ലേ ഇവിടെ എന്റെ സൃഷ്ടികളാണ് ഭരിക്കുന്നത്. അവർ ക്ക് അവരുടെ നിയമങ്ങളും, രാഷ്ട്രീയ പാർട്ടികളുമുണ്ട്. നിങ്ങൾ കണ്ട വേലിക്കെട്ടുകളെ 'അതിർത്തികൾ' എന്ന് വിളിക്കും. അതിനുള്ളിലെ സ്ഥലങ്ങളെ 'രാജ്യങ്ങൾ' എന്നും. ഇവിടെ അനേകം ജാതികളുണ്ട്, മതങ്ങൾ ഉണ്ട്, ഉച്ചനീചത്വമുണ്ട്, പതിനായിരക്കണക്കിന് ദൈവങ്ങളുണ്ട്, ചതിയും വഞ്ചനയുമുണ്ട്, നിങ്ങൾക്ക് ജനിക്കാൻ സമയമായിട്ടില്ല. നിങ്ങൾ ജനിക്കേണ്ട കാലത്തിൽ, രാജ്യങ്ങളും അതിർത്തികളുമു ണ്ടാവില്ല. ഉച്ചനീചത്വങ്ങൾ ഉണ്ടാകില്ല, ജാതിയും മതവും, രാഷ്ട്രീയ പാർട്ടികളുമുണ്ടാവില്ല. അതിന് ഇനിയും കാലങ്ങൾ അപ്പുറത്താണ്. ഇനി നിങ്ങൾക്ക് സുഷുപ്തിയിലേയ്ക്ക് മടങ്ങാം." പ്രജാപതി അപ്രത്യക്ഷനായി. നവജാതർ തങ്ങളുടെ പൂർവ്വ ഗൃഹ ങ്ങളിലേയ്ക്ക് മടങ്ങി. വേലിക്കെട്ടുകളില്ലാത്ത ആ നല്ല നാളെ യുടെ ചുവന്ന പ്രഭാതത്തിന്റെ പ്രതീക്ഷകളോടെ അതിനുള്ളിൽ രണ്ട് ബീജങ്ങളായി അവർ അലിഞ്ഞുറങ്ങി.

✡✡✡✡

ബലിക്കാക്ക

തെക്കേ മുറ്റത്തെ പ്ലാവിൻ കൊമ്പിലിരുന്ന് ബലിക്കാക്ക കരഞ്ഞു. നേരം പുലരുന്നതേയുള്ളൂ. ഇരുളു നീങ്ങുന്നത് കാക്ക കരഞ്ഞിട്ടോ അതോ കോഴി കൂകിയിട്ടോ? രണ്ടുമാകാം. ഞാൻ ജാലകത്തിലൂടെ പുറത്തേയ്ക്ക് നോക്കി കിടക്കുകയാണ്. ഭൂതകാലം നെയ്യുറുമ്പുകളെപ്പോലെ വരിവച്ച് കടന്നു വന്നുകൊണ്ടേയിരുന്നു. പകലിന് നല്ല തണുപ്പുണ്ട്. പക്ഷേ ശരീരം അതറിയുന്നേയില്ല. മനസ് ചുട്ടുനീറുമ്പോൾ ആ ചൂട് ശരീരത്തിലേയ്ക്കും പകരുന്നു.

ഇന്ന് വാവുബലിയാണ്. ആത്മാക്കളുടെ വിശപ്പടങ്ങുന്ന ദിവസം. എല്ലാ ആത്മാക്കളും ഇന്ന് മണ്ണിലേക്കിറങ്ങി വരും. വിശപ്പടക്കാൻ, എള്ളും, പൂവും, ചോറും തിന്ന് തീർത്ഥം മോന്തി വയറു നിറയ്ക്കാൻ. നീണ്ട ഒരു വർഷത്തെ വിശപ്പിന് നിർവൃതിയേകുന്ന അന്നം. താൻ മൂന്നു പേർക്ക് അന്നദാതാവാണ്. കുളിച്ച് ബലിയിടണം. വെട്ടം വീണു. പ്ലാവിൻ കൊമ്പിലിരുന്ന് ഒരു കാക്ക കരയുന്നു. അത് ജനാലയിലൂടെ തന്നെയാണോ നോക്കുന്നത്. തടിച്ച് കറുത്ത ഒരു ബലിക്കാക്ക. അത് ഓപ്പയാകുമോ. ആവില്ല. വെളുത്ത് സുന്ദരിയായിരുന്ന സ്നേഹിക്കാൻ മാത്രമറിയാവുന്ന തന്റെ ഓപ്പയെ ഒരു കറുത്ത കാക്കയായി സങ്കൽപ്പിക്കാൻ തനിക്കാവില്ല. പക്ഷേ ആത്മാക്കളെല്ലാം കാക്കകളാണല്ലോ, കറുത്ത കാക്കകൾ. ഉച്ഛിഷ്ടം കഴിക്കുന്നവ. ഞാൻ കാക്കയെ സൂക്ഷിച്ചു നോക്കിയപ്പോൾ അതും വിളി നിർത്തി എന്നെ നോക്കുകയാണ്. ഒരു കാക്കയെ താനിത്രയും കാലം ഇങ്ങനെ കൗതുകത്തോടെ നോക്കിയിട്ടില്ലെന്ന് ഓർത്തു. അതിന് വിശക്കുന്നുണ്ടാവണം.

പുതപ്പു മാറ്റി ഞാൻ കിടക്കയിൽ നിന്നെഴുന്നേറ്റു. ബലിയിടാൻ കട പ്പുറത്തേയ്ക്ക് പോകണം. ഇന്ന് ധാരാളം ആൾക്കാരെ കാണാം. എനിക്ക് ഓർമ്മവച്ച നാൾ മുതൽ ഞാൻ ബലിയിടുന്നു. കാലാന്തര ത്തിൽ എണ്ണം കൂടി വന്നു. പ്രിയപ്പെട്ടവർക്കെല്ലാം ബലി പിണ്ഡമോ താനുള്ള വിധി അത് തന്റെ നിയോഗമായിരുന്നു. പ്രതീക്ഷിച്ച പോലെ കടപ്പുറത്ത് നല്ല തിരക്കുണ്ടായിരുന്നു. ഒറ്റമുണ്ടുടുത്ത് തുമ്പിലയിൽ കർമ്മി തന്ന എള്ളും പൂവും ചോറും തീർത്ഥമർപ്പിച്ച് വിരലിൽ ദർഭ മോതിരമിട്ട് ദർഭപ്പുല്ലിൽ നിരത്തി വച്ച് കാക്കയെ വിളിച്ചു. ബാക്കി കടലിൽ തർപ്പണം ചെയ്ത് മുങ്ങി നിവർന്നു. മന സിലെ ചൂട് വെള്ളത്തിലേയ്ക്ക് സംക്രമിച്ചു. കടലിന്റെ അനന്തത യോളം അത് വിന്യസിച്ചു.

വീട്ടിലേയ്ക്ക് നടക്കുമ്പോൾ മനസിൽ ഓപ്പയായിരുന്നു. മുറിയുടെ ഇരുട്ടിലെവിടെയോ ഓപ്പയുണ്ടാവണം. അടക്കിയ തേങ്ങലുകളുമായി. മനസിനെ ഉലച്ച മരണമായിരുന്നു ഓപ്പയുടേ ത്. അച്ഛന്റെ മരണം മങ്ങിയ ഓർമ്മകളാണ്. മരണത്തിന്റെ അർത്ഥം അറിയാത്തവന്റെ ഓർമ്മ. പക്ഷേ ഓപ്പയുടെ മരണം തിര ശ്ശീലയിൽ തെളിയുന്ന ചിത്രങ്ങൾ പോലെ വ്യക്തമാണ്. പ്രസവ ത്തോടെ അമ്മ മരിച്ചപ്പോൾ ഓപ്പ തനിക്ക് അമ്മ കൂടിയായി. “വിനു ക്കുട്ടാ” എന്നുള്ള നീട്ടി വിളി ഇപ്പോഴും കാതിലുണ്ട്. ഓപ്പ തന്നെ ഊട്ടിയുറക്കി. അച്ഛൻ കിടക്കിയിലായപ്പോഴും തന്റെ കാര്യങ്ങൾ ഓപ്പ മറന്നില്ല. തന്റെ സംശയങ്ങളുടെ ലോകം ഓപ്പയുടെ ഉത്തര ങ്ങളിൽ ചെറുതായി. ഒരുനാൾ ഓപ്പയോട് ചോദിച്ചു.

“അച്ഛ എന്തിനാ ഓപ്പേ എപ്പോഴും കെടക്കണേ ?”

“അച്ഛക്ക് സൊകോല്ല്യ വിനുക്കുട്ടാ !”

“അച്ഛ ഇഞ്ഞി എഴ്ന്നേക്കില്ലേ ?”

ഓപ്പ ഒരു നിമിഷം പകച്ച് പോയിട്ടുണ്ടാവണം. തന്നെ ചേർത്ത ണച്ച് പിന്നെ സ്വയം വിശ്വസിക്കാനെന്നവണ്ണം പറഞ്ഞു. “എഴുന്നേ ക്കും.”ആ കണ്ണുകളിൽ ഉറവയുടെ തിളക്കമുണ്ടായിരുന്നു. പറ മ്പിലെ ആദായം കൊണ്ടും അടുത്ത കുട്ട്യോൾക്ക് സംഗീതം പഠി പ്പിച്ചും ഓപ്പ വീടു പുലർത്തി, അച്ഛനെ ചികിത്സിപ്പിച്ചു. ഒരുനാൾ ചായയുമായി അച്ഛനടുത്തെത്തിയ ഓപ്പയിൽ നിന്നും നില-

വിളി കേട്ടാണ് ഞാനെഴുന്നേറ്റത്. അച്ഛന്റെ പുറത്ത് കമഴ്ന്ന് കിടന്നു കരയുന്ന ഓപ്പയെ കണ്ടു. ഓപ്പ എന്തിനാണ് കരയുന്ന തെന്ന് മനസ്സിലായില്ല. ഞാൻ അച്ഛനെ കുലുക്കി ഉണർത്താൻ നോക്കി. അദ്ദേഹം മഞ്ഞുകട്ടയോളം തണുത്തിരുന്നു. ഓപ്പയുടെ നിലവിളി ഉച്ചസ്ഥായിയിലായി. ഞാനും കരഞ്ഞു. അത് പക്ഷേ ഓപ്പ കരയണോണ്ടായിരുന്നു. അച്ഛനെ തെക്കേത്തൊടിയിൽ കത്തിക്കണ കാഴ്ച നാലഞ്ച് നാൾ മായാതെ നിന്നു. ആൾക്കാരൊ ഴിഞ്ഞ ഒരു ദിവസം മനസിനെ അലട്ടിയിരുന്ന ആ സംശയം ഓപ്പയോട് ചോദിച്ചു.

"എന്തിനാ ഓപ്പേ അച്ഛേ കത്തിച്ചേ?" ഓപ്പ തന്നെ കെട്ടിപ്പി ടിച്ച് കരഞ്ഞു. കണ്ണീരു വീണെന്റെ മാറ് നനഞ്ഞു.

" അച്ഛ മരിച്ചു മോനേ, നമുക്കിനി ആരൂല്ല". അക്കാല ത്താണ് ഞാൻ രണ്ടാമത്തെ അന്നദാതാവായത്. അച്ഛന്റെ ശ്രാദ്ധം. മരണത്തിന്റെ തലങ്ങൾ അപ്പോഴും എനിക്ക് അപ്രാപ്യമായിരുന്നു. വീട്ടിലെ അംഗങ്ങൾ കുറയുന്നതും ശ്രാദ്ധങ്ങൾ കൂടുന്നതും മാത്ര മറിഞ്ഞു.

ഓപ്പയുടെ നീണ്ടുമെലിഞ്ഞ വിരലുകളിൽ തൂങ്ങി തൊടിയി ലൂടെ എന്നും നടക്കണത് എന്റെ ശീലമായിരുന്നു. ഓപ്പയുടെ വിര ലുകൾക്ക് നല്ല ഭംഗിയാണ്. താൻ ആ കൈകൾ എടുത്ത് വിരലുക ളുടെ ചന്തം ആസ്വദിക്കും. ഭംഗിയുള്ളതെന്തും ദൈവം കൊടുക്കു ന്നതാണെന്ന് ഓപ്പ പറയുമായിരുന്നു. ഒരിക്കൽ ഞാൻ ചോദിച്ചു.

"ഈ വിരലോള് ദൈവം തന്ന്താ ?"

"അതേലോ വിനുക്കുട്ടാ"

"എങ്ങ്നെ ?"

"വരായിട്ട്"

" ഏത് ദൈവം ?"

"അച്ഛേം, അമ്മേം"

" നൊണ"

"സത്യായിട്ടും"

ഞാൻ പരിഭവിച്ചു.

"വിനുക്കുട്ടന്റെ വെരല്നെന്താ ഭംഗിയില്ലാത്തേ" ?

"ദൈവം പൊട്ടയാ"

ഓപ്പ തിരുത്തി

"അങ്ങ്നെ പറേല്ലേ മോനേ, ദൈവം കോപിക്കും."

"പിന്നെന്താ, വിനുക്കുട്ടന് നീണ്ട് ഭംഗീള്ള വെര്ലോള് തരാത്തേ ?"

"വിനുക്കുട്ടന് ഇതിലും ഭംഗീള്ള വെര്ലോള് ഉണ്ടാവൂല്ലോ ! നീണ്ട് ചൊമന്ന വെര്ലോള്"

"എപ്പ ?"

"വല്താവ്മ്പോ"

"സത്യം" ?

"സത്യം."

ഞാൻ തൊടിയിലെ പൂമ്പാറ്റകളോടും തുമ്പികളോടും ഇക്കാര്യം പറഞ്ഞു നടന്നു. ഊഞ്ഞാലാടുമ്പോൾ കാറ്റിനോടും പറഞ്ഞു. കാറ്റ് ചിരിച്ചു.

ഓപ്പ എന്നും എന്നെ ഊഞ്ഞാലാട്ടിത്തരും. കഥ പറഞ്ഞു തരും. കുളിച്ച് അന്തിക്ക് തുളസിത്തറയിൽ വിളക്ക് വയ്ക്കുമ്പോ വിളക്കിന്റെ വെട്ടം ഓപ്പയെ കൂടുതൽ സുന്ദരിയാക്കി. അമ്പലത്തിലെ ഭഗവതി പ്രത്യക്ഷപ്പെട്ടപോലെയുണ്ടാകും അപ്പോൾ ഓപ്പയെ കാണാൻ. പള്ളിക്കൂടത്തിൽ പോകാൻ തുടങ്ങിയപ്പോൾ ഓപ്പ എന്നെ കുളിപ്പിച്ച് പള്ളിക്കൂടത്തിൽ കൊണ്ടുപോയാക്കും. വൈകും വരെ എരിപൊരി സഞ്ചാരവുമായി വീട്ടിൽ നിന്നു. പള്ളിക്കൂടം വിടും മുമ്പ് എന്നെ കൂട്ടാൻ വന്നു. പത്താം തരത്തിലെത്തിയപ്പോൾ മുണ്ടുടുത്തു. അപ്പോ ഓപ്പ പറഞ്ഞു. "എന്റെ വിനുക്കുട്ടൻ വല്തായി". എനിക്ക് അതുകേട്ട് നാണം തോന്നി. പിന്നെ അഭിമാനവും. മേൽച്ചുണ്ടിലെ നരുത്ത രോമങ്ങളെ തീപ്പെട്ടിക്കൊള്ളി കൊണ്ട് കറുപ്പിച്ചു. ആരും കാണാതെ എപ്പോഴും കണ്ണാടി നോക്കി.

ഓപ്പയ്ക്ക് കല്യാണമായിരുന്നില്ല. ജാതകദോഷം ഉണ്ടത്രേ. എന്നാലും തെരഞ്ഞുപിടിച്ച് നടത്താരുന്നു. കല്യാണം കഴിക്കാനുപദേശിച്ചവരോട് ഓപ്പ പറഞ്ഞു. "വിനുക്കുട്ടൻ വളരട്ടെ."

കോളേജിലെത്തുമ്പോൾ മീശക്ക് കട്ടി വച്ചിരുന്നു. താനൊരു യുവാവായി മാറിയെന്ന് തോന്നി. അപ്പോഴും ഓപ്പ പറഞ്ഞു. "വിനുക്കുട്ടൻ വല്താായി."

വീട്ടുകാര്യങ്ങൾ അന്വേഷിക്കാൻ പ്രായായീന്ന് എനിക്ക് തോന്നിത്തുടങ്ങി. ഒരുനാൾ ഓപ്പയോട് ചോദിച്ചു. "ഓപ്പേ ഒരു കാര്യം ചോദിക്കട്ടെ?" " എന്താ വിനുക്കുട്ടാ? " "ഓപ്പ എന്താ കല്യാണം കഴിക്കാഞ്ഞേ?"

ഒരുനേരം ഓപ്പ നിശബ്ദയായി തല താഴ്ത്തി. "ഓപ്പയ്ക്കതിന് യോഗോല്ല, വിനുക്കുട്ടാ." പിന്നെ സന്തോഷത്തിൽ തുടർന്നു. "ഇനീപ്പം വിനുക്കുട്ടന്റെ കല്യാണം കാണാലോ. എനിക്ക് അതുമതി." എനിക്ക് നാണമായി. അയ്യടാ! ചെക്കന്റെ ഒരു നാണം. ഓപ്പ ചിരിച്ചുകൊണ്ട് അകത്തേക്ക് മറഞ്ഞു. അതിലുമപ്പുറം അവരെ നിർബന്ധിക്കാൻ എനിക്ക് ഒരിക്കലും കഴിഞ്ഞില്ല.

ഒരുനാൾ ഞാൻ പറമ്പിലൂടെ നടക്കുമ്പോൾ ഞാൻ ഒരത്ഭുതം കണ്ടു. പറമ്പിലെ അറ്റത്തുള്ള നീലക്കുറിഞ്ഞി പൂത്തിരിക്കുന്നു. നീലാകാശത്തു നിന്നിറ്റുവീണ തുള്ളികൾ പോലെ നീലപ്പൂക്കളുള്ള കുറിഞ്ഞി. പന്ത്രണ്ട് വർഷത്തിലൊരിക്കൽ പൂക്കണതാണ്. താൻ ഓടിച്ചെന്ന് ഓപ്പയെ പറമ്പിലേക്ക് വലിച്ചുകൊണ്ട് പോയി. "എന്താ ഈ കാട്ടണത് കുട്ട്യേ"? ഓപ്പ ശുണ്ഠി എടുത്തു. "ഞാനൊരൂട്ടം കാണിക്കാലോ". "എന്നെ ഇങ്ങനെ കഷ്ടപ്പെടുത്തല്ല്ട്ടോ". ഓപ്പ ശുണ്ഠിയിൽ തന്നെ. ഇത് പതിവില്ലാത്തതാണല്ലോന്ന് ഞാൻ ഓർത്തെങ്കിലും പറഞ്ഞു. "പറമ്പിന്റെ അറ്റത്ത് കുറിഞ്ഞി പൂത്തിരിക്കണു". പ്രതീക്ഷിച്ച സന്തോഷം ഓപ്പയിൽ കണ്ടില്ല. എങ്കിലും എന്നെ തൃപ്തിപ്പെടുത്താനെന്നോണം ഓപ്പ വന്ന് നോക്കി. ഓപ്പക്കെന്താ പറ്റീത്. ഒന്നിലും ഒരുൽസാഹോല്യ. നല്ല ക്ഷീണോണ്ട്. രണ്ടീസമായി ഞാനതു ശ്രദ്ധിക്കുന്നു. ഇങ്ങനെ ഓപ്പയെ ഒരിക്കലും കണ്ടില്ല. ഞാനത് ഓപ്പയോട് ചോദിക്കേം ചെയ്തു. "എനിക്ക് ഒന്നൂല്യ. ഒക്കെ നെനക്ക് തോന്ന്ണതാ." പക്ഷേ അന്ന് രാത്രി തന്നെ അത് നൊണയാണെന്ന് തെളിഞ്ഞു. ഓപ്പ പറഞ്ഞു "വിനുക്കുട്ടാ ഓപ്പയുടെ സന്ധികളിലൊക്കെ ഭയങ്കര വേദന. ഈ കുഴമ്പിട്ടൊന്നുഴിഞ്ഞ് തരോ ?" ഉഴിയുമ്പോൾ

ഞാൻ പറഞ്ഞു. "ഓപ്പക്കെന്തോ വയ്യായ്കയുണ്ട്. നാളെ ആശുപ ത്രിയിൽ പോകാം". വേണ്ടാന്നും, ഒന്നൂല്യാന്നും ഒക്കെ പറഞ്ഞു എങ്കിലും വഴങ്ങി.

ചികിത്സകർ അവരുടെ നീണ്ട സൂചികളിൽ ഓപ്പയുടെ രക്തം കുത്തിയെടുത്തു. അവരുടെ പരീക്ഷണ ശാലകളിൽ നിര വധി പരീക്ഷണ നിരീക്ഷണങ്ങൾ നടത്തി. അവസാന ഫലം വന്നു. എന്റെ ഓപ്പയ്ക്ക് രക്താർബുദമാണത്രേ. എനിക്കു ചുറ്റും ഇരുട്ടാണെന്ന് തോന്നി. അപാരമായ ശൂന്യതയാണെന്നും, പക്ഷേ ഓപ്പയുടെ മുഖത്ത് തികഞ്ഞ ഒരു വൈരാഗിയുടെ ശാന്തതയായി രുന്നു. അവരുടെ മജ്ജകളെ അണുക്കൾ കാർന്നു തിന്നുകൊണ്ടിരി ക്കുകയാണ്. എനിക്കവയെ കാണാം. കറുത്ത അണുക്കൾ അവ അസ്ഥികളിൽ തുളകളിടുന്നു. അതിലൂടെ കയറി മജ്ജ തിന്ന് വയറു നിറയ്ക്കുന്നു. അവയ്ക്ക് ഉണ്ടക്കണ്ണുകൾ ഉണ്ട്, ആയിരം കാലുകൾ, കൂത്ത പല്ലുകളും ....

ഭിഷഗ്വരന്മാരുടെ ഭാഷയിൽ ഇത് മൂർച്ഛിച്ചു പോയിരിക്കുന്നു. വേണമെങ്കിൽ രക്തം ശുദ്ധീകരിച്ച് കുറച്ചുകാലം കൂടി............ പക്ഷേ അതിന് വേണ്ടി വരുന്ന ചിലവ് .... അത് കേട്ടപ്പോൾ ഓപ്പ തീർത്തു പറഞ്ഞു. "വേണ്ട, ആ സ്ഥലം വിറ്റ് എന്നെ ചികിത്സിക്ക ണ്ട. നിന്നെ ഒന്ന് കണ്ണ് തെളിയിച്ച് വിടണമെന്നേ ഞാൻ ആഗ്രഹി ച്ചിട്ടുള്ളൂ. അതായി. ഇനി എനിക്ക് സന്തോഷമായിട്ട് ...."

ഞാൻ ഒരുപാട് ബലം പിടിച്ചിട്ടും ഓപ്പ വഴങ്ങിയില്ല ഒരിക്ക ലും. ഓപ്പ കുറേനാൾ കൂടിയുണ്ടായിരുന്നു. പിന്നെ ഒരുനാൾ അവർ പോയി. എന്നെ തനിച്ചാക്കിയിട്ട്. ആരോടും പരിഭവും ഇല്ലാ തെ, ശാന്തയായി. ഒരു ചിത കൂടി തെക്കേത്തൊടിയിൽ എരിഞ്ഞട ങ്ങി. ഓപ്പയെ തെക്കോട്ടെടുക്കുമ്പോൾ അവർ ഉറങ്ങുകയാണെന്ന് തോന്നി. നീണ്ട കണ്ണുകൾ മൃദുവായടച്ച് .... അവരുടെ നീണ്ട് മെലിഞ്ഞ വിരലുകളിൽ നിന്ന് രക്തം വാർന്നുപോയിരുന്നു. അവ യിലെ മജ്ജയും അണുക്കൾ തിന്ന് തീർന്നിട്ടുണ്ടാവണം. ചിതയിൽ കനലുകൾ പൊട്ടി അമർന്നു. പിണ്ഡം വച്ച് ബലിയിട്ടു. കൈ നനച്ച് കൊട്ടി വിളിച്ചു. എങ്ങു നിന്നോ ഒരു കാക്ക പാറി വന്നു. ഒരു കറുത്ത ബലിക്കാക്ക. അത് മുത്തശ്ശി പ്ലാവിന്റെ താഴെ കൊമ്പിൽ –

വന്നിരുന്നു. ചുറ്റുപാടും ഒന്നു നോക്കിയശേഷം വീണ്ടും താഴേക്ക് താണിറങ്ങി. അത് ചാഞ്ഞും ചരിഞ്ഞും നോക്കി ഉരുളയുടച്ച് ഒരു കൊക്ക് ചോറുമായി പറന്നുപോയി കൊമ്പിലിരുന്നു. ചോറു തിന്ന് കൊക്ക് കൊമ്പിലുരച്ച് തുടച്ച് ചരിഞ്ഞ് തന്നെ നോക്കി, പിന്നെ ചക്രവാളത്തിലേയ്ക്ക് പറന്നുപോയി.

കാലം ഒരുപാട് നീങ്ങി. വീട്ടിലെത്തുമ്പോൾ ഉച്ച മയങ്ങിയി രുന്നു. ചുട്ടുപഴുത്ത ചെമ്പുപോലെ ഭൂമി കിടന്നിരുന്നു. അതിൽ നിന്നും ആവി നാഗങ്ങൾ ഉയർന്ന് ആകാശം നോക്കിപ്പോയി. മുത്തശ്ശി പ്ലാവിന്റെ കൊമ്പിൽ ഒരു കാക്കയുണ്ടായിരുന്നു. ഒരു കറുത്ത ബലിക്കാക്ക. അത് ചാഞ്ഞും ചരിഞ്ഞും തന്നെ നോക്കി. പിന്നെ ദൂരേയ്ക്ക് പറന്നുപോയി. അനാഥമായ ഊഞ്ഞാലിൽ പിടിച്ച് ഞാനൊട്ടുനേരം നിന്നു. പതിയെ അതിന്റെ പടിയിലൂടെ വിരലോടിച്ചു. കുട്ടികളാരോ കെട്ടിയതാവണം. നീണ്ടു മെലിഞ്ഞ ഭംഗിയുള്ള വിരലുകൾ തന്നെ തലോടുന്നുണ്ടെന്ന് തോന്നി. അതിന്റെ തണുപ്പിൽ സ്വയം നഷ്ടപ്പെട്ട് ഞാൻ കണ്ണുകൾ പൂട്ടി നിന്നു.

✿✿✿✿

അമ്മിപ്പിള്ളയും ശിവലിംഗവും

കുറച്ചു നാളായി ഇവിടെ ഭയങ്കര സംഭവങ്ങൾ നടക്കുകയാ
ണ്. അടിയും, ഇടിയും, തീയും, പുകയും. ആകെ ബഹളമയം
തന്നെ. ശാന്തസുന്ദരമായ ആ ഗ്രാമത്തിലെ അന്തരീക്ഷം മാറിമറി
ഞ്ഞത് വളരെ പെട്ടെന്നാണ്. വാക്കേറ്റങ്ങളും, ആക്രോശങ്ങളും,
വാഗ്വാദങ്ങളും, വെല്ലുവിളികളും എന്നുവേണ്ട സർവ്വം പൊടിപൂരം.
വിവിധ സംഘടനകൾ ഹർത്താലുകളും ധർണ്ണയും മറ്റും പ്രഖ്യാ
പിച്ചിരിക്കുകയാണ്. പ്രകടനങ്ങൾ മുറയ്ക്ക് നടക്കുന്നു. നാട്ടു
കാർക്കിടയിൽ ഇങ്ങനെയൊരു ഭീതി നിറഞ്ഞ വർത്തമാനവും
പരന്ന് തുടങ്ങിയിരിക്കുന്നു. "പട്ടാളമിറങ്ങും, ഒറപ്പ്. ഭഗോതീ
വെട്ടും കുത്തും ഒന്നും നടക്കരുതേ."

സന്ധ്യയോടെ കടകളടയുന്നു. പാതകളും വിജനം.
നാൽക്കവലകളിലെ വെടി വട്ടങ്ങളില്ല. പെൺകിടാങ്ങൾ അമ്പല
ങ്ങളിലും പോകാറില്ല. ഒക്കെത്തിനും ഹേതു ഒരു കല്ലാണ്. കറു
ത്തിരുണ്ട ഇച്ചിരിപ്പോളം പോന്ന ഒരു കല്ല്. ഈ നാടിനെത്തന്നെ
കുട്ടിച്ചോറാക്കാൻ പോന്ന ഒരു ഭീമാകാര പ്രശ്നമായി അത്
വളർന്നിരിക്കുന്നു.

ശാന്തിയും സമാധാനവും നിറഞ്ഞു നിന്നിരുന്ന ഒരു
മാതൃകാ ഗ്രാമമായിരുന്നു ഇത്. നാനാ ജാതി മതസ്ഥർ ഏകോദര
സഹോദരങ്ങളെപ്പോലെ പാർത്തിരുന്ന നാട്. പോക്കരു ഹാജി
യുടെ മൂന്നാമത്തെ ബീവിന്റെ പേരിലുള്ള പറമ്പിന്റെ കണ്ണായ
സ്ഥലത്ത് ഒരു ആലുണ്ടായിരുന്നു. ആൽ എന്നു പറഞ്ഞാൽ എമ
ണ്ടൻ ഒരാല്. ഒരു അപ്പൂപ്പനപ്പൂപ്പനാല്. എന്നോ തൊട്ട് അതിന്

ആൽത്തറയുമുണ്ട്. പറമ്പെന്നു പറഞ്ഞാൽ അതിന് വേലിക്കെട്ടുകളില്ല. അതിർത്തിക്കല്ല് മാത്രം. പാതയ്ക്കരികിൽ ആണ് പറമ്പ്. സ്വാഭാവികമായും വഴിയാത്രക്കാർ വിശ്രമിക്കാറുണ്ട് ഇതാണ് സംഭവസ്ഥലം. കുറച്ചുനാൾ മുമ്പുവരെ ആൾക്കാർ സൊറ പറഞ്ഞിരുന്നെടുത്ത് ഒരു കല്ല് പ്രത്യക്ഷപ്പെട്ടിരിക്കുന്നു. വെറും കല്ലല്ല. കറുത്തിരുണ്ട ഒരു കല്ല്. ചെമ്പട്ട് ഉടുത്ത ഒരു കല്ല്. തുടങ്ങിയില്ലേ പൂരം ! അത് ശിവലിംഗമാണെന്നും, ഇന്നലെ ഭൂമിക്കടിയിൽ നിന്നും ഉയർന്നു വന്നതാണെന്നും, അല്ലാ സ്വയം ഭൂവായതാണെന്നും ഹൈന്ദവ വാദികൾ തർക്കിച്ചു തുടങ്ങി. വെറുതേ തർക്കിക്കുക മാത്രമായിരുന്നെങ്കിൽ കുഴപ്പമില്ലായിരുന്നു. അവിടെ അമ്പലം പണിത് പൂജ തുടങ്ങണമെന്നായി അക്കൂട്ടർ. അല്ലെങ്കിൽ നാട് മുടിയുമെന്ന് കവടി നിരത്തി പ്രവചനവും വന്നു. മാത്രമോ കല്ലിന്റെ ഒരറ്റത്തിന് ചെറിയൊരു ഏങ്കോണലുണ്ട്. ഏതാണ്ട് ഒരു പശുവിന്റെ ചെവി പോലെ. അത് വനവാസക്കാലത്ത് പഞ്ചപാണ്ഡവരിൽ ശക്തനായ ഭീമസേനൻ പിടിച്ചു വലിച്ചതാണത്രേ. അദ്ദേഹം ആ ശിവലിംഗം പിഴുതെടുക്കാൻ നോക്കിയത്രേ. എത്ര ശ്രമിച്ചിട്ടും അത് പിഴുത് വന്നില്ല. പകരം പിടിച്ചു വലിച്ച ഒരുവശം ഏങ്കോണിച്ചു പോയി. അങ്ങനെ നിരാശരായി പാണ്ഡവർ ആ ശിവലിംഗം അവിടെ ഉപേക്ഷിച്ചു മടങ്ങിയത്രേ. ഹോ ! ഭയങ്കരം തന്നെ. ഈ ജ്യോത്സ്യന്മാരുടെ ഒരു കഴിവേ അവർ കവടി നിരത്തി ലോകാരംഭം മുതൽക്കുള്ള കാര്യങ്ങൾ വള്ളിപുള്ളി വിടാതെ പറഞ്ഞുകളയും. ഏതായാലും അമ്പലം പണിയണം എന്ന കാര്യം ഹിന്ദുക്കൾ ഉറപ്പിച്ചു.

നാടിന്റെ പ്രശ്നമായതിനാൽ പറമ്പ് വിട്ടുകൊടുക്കാൻ ഹാജിയാര് തയ്യാറായതാണ്. പക്ഷേ ഹാജിയാരുടെ കൂട്ടര് സമ്മതിക്കുമോ ? അമ്പലമോ ? അതും ഒരു ഹാജിയാരുടെ പറമ്പില്. അവരും തുടങ്ങി ഇസ്ലാം വാദം. പോരേ പുകില്. പറമ്പ് വിട്ടുകൊടുത്താല് മുസ്ലീങ്ങൾ ഹാജിയാരെ തല്ലും. വിട്ടുകൊടുത്തില്ലെങ്കിൽ ഹാജിയാരെ ഹിന്ദുക്കൾ തല്ലും. ഹാജിയാരെ ഹിന്ദുക്കൾ തല്ലിയാൽ മുസ്ലീങ്ങൾ തിരിച്ചു തല്ലും. ചുരുക്കത്തിൽ തല്ല് ഉറപ്പ്. ഹാജിയാർക്ക് തല്ല് ഉറ ഉറപ്പ്. നോക്കണേ ഒരു പാവം മനുഷ്യനുണ്ടായ ഗതികേട്. ഈ ദൈവങ്ങൾക്ക് ഇരിക്കാൻ വേറെ ഒരു സ്ഥലവും

കിട്ടിയില്ലേ ? ശിവന് കാശിയിലോ, കൈലാസത്തിലോ, ഋഷികേശി
ലോ, ബദരിനാഥിലോ ഇരുന്നാൽ പോരേ ? ഈ പാവം ഹാജിയാ
രുടെ പറമ്പിൽ തന്നെ ഇരിക്കണോ ? അതും വഴിയാത്രക്കാർക്കും
നാട്ടുക്കൂട്ടത്തിനും തണലായ ആലിൻ ചുവട്ടില് ?

ഈ കോലാഹലത്തിനിടയിൽ ചിലർ അവിടം കയ്യേറി
പൂജയും മറ്റും തുടങ്ങി. ക്രമത്തിൽ നിർമ്മാണ സാമഗ്രികളും ഇറ
ക്കിത്തുടങ്ങി. പോലീസുകാർ തലങ്ങും വിലങ്ങും പാഞ്ഞു നടക്കു
കയാണ്. കയ്യിൽ കിട്ടിയവരെ പൊതിരേ തല്ലുന്നു. പക്ഷേ തല്ലുകി
ട്ടുന്നവരൊക്കെ പാവത്താന്മാരാണ്. ഒരു കുഴപ്പങ്ങൾക്കുമില്ലാത്ത
വർ, ശുദ്ധജനങ്ങൾ. പാപികൾ ഒളിവിലാണ്. അതെപ്പോഴും
അങ്ങനെ തന്നെയാണല്ലോ, ലോകനീതി. പാപികൾ പാവങ്ങളെ
കുരിശിലേറ്റും എന്നിട്ട് കൈ കഴുകും.

അക്രമികൾ ഒളിവിലിരുന്നു. തക്കം പാർത്ത് മറ്റുള്ളവരെ
ആക്രമിച്ചു രസിച്ചു. വെട്ടിലും, കുത്തിലും, ബോംബേറിലും അവർ
പരസ്പരം മത്സരിച്ചു. ന്യൂനപക്ഷത്തെ സഹായിക്കാൻ അന്യദേശ
ങ്ങളിൽ നിന്നും വാഹനങ്ങളിൽ ആൾക്കാർ എത്തിച്ചേർന്നുകൊ
ണ്ടിരുന്നു. ചെറിയൊരു തർക്കം അങ്ങനെ ഒരു വലിയ ലഹളയിലെ
ത്തിച്ചേർന്നു. ഭൂരിപക്ഷം അങ്ങനെ അവിടെ അമ്പലം പണിയും
തുടങ്ങി. ന്യൂനപക്ഷത്തെ അവർ വെട്ടിയും കുത്തിയും ബലി
നൽകി രസിച്ചു. അങ്ങനെ വർഗ്ഗീയ കലാപം പോലീസിന്റെ
കൈപ്പിടിയിൽ ഒതുങ്ങാതായി. മാധ്യമങ്ങൾ കഥകൾ എഴുതി
താളുകൾ നിറച്ചു വിറ്റ് അവരുടെ പ്രചാരണം കൂട്ടി. ചാനലുകൾ
തത്സമയ സംപ്രേഷണം നടത്തി. അവയ്ക്കുവേണ്ടി സ്പോൺ
സർമാരുടെ മത്സരമുണ്ടായി.

സർക്കാർ പട്ടാളത്തെയിറക്കി. അവരും ഭൂരിപക്ഷ താല്പര്യ
ങ്ങൾക്കു കുട പിടിച്ചു. കുറേയേറെ ന്യൂനപക്ഷങ്ങൾ വെടിയേറ്റു
മരിച്ചു. ഭൂരിപക്ഷത്തെ പിണക്കാൻ ഒരു സർക്കാരും തയ്യാറാവില്ല.
കാരണം അവരാണ് സർക്കാരിന്റെ വോട്ടു ബാങ്കുകൾ.

എന്തായാലും അമ്പല നിർമ്മാണം കേസായി. കേസു കോട
തിയിലെത്തി. കോടതി നിരവധി തവണ വാദം കേട്ടു. കൂടുതൽ
പണം ഒഴുക്കിയ ഭൂരിപക്ഷം നീതിയും നിയമവും വിലയ്ക്കു
വാങ്ങി. അവരുടെ താല്പര്യങ്ങൾ സംരക്ഷിക്കപ്പെട്ടു. തർക്ക ഭൂമി
യിൽ അമ്പലം പണിയാൻ കോടതി അവർക്ക് അനുമതി നൽകി.

അമ്പലം പണി തകൃതിയായി നടന്നു. പോക്കരു ഹാജിക്ക് പറമ്പ് നഷ്ടമായി. ആ പറമ്പിൽ അമ്പലം അഹങ്കാരത്തോടെ തല ഉയർത്തി നിന്നു. ആ അമ്പലത്തിൽ തീർത്ഥാടകരുടെ പ്രവാഹമുണ്ടായി. ആദ്യമൊക്കെ എതിർത്തവരും മുറയ്ക്ക് അമ്പലത്തിൽ പോയിത്തുടങ്ങി. വരുമാനം വർദ്ധിച്ചപ്പോൾ അമ്പലം ദേവസ്വം ഏറ്റെടുത്തു. ഭണ്ഡാരത്തിൽ കോടികളുടെ ആസ്തിയുമായി അമ്പലം സർക്കാരിന്റെ ഖജനാവിന് മുതൽക്കൂട്ടായി.

ഇനി അല്പം ഭൂതകാലം......

ദൂരെ ഒരു ഗ്രാമത്തിലെ വെളിച്ചപ്പാട് നാണു ഈ ഗ്രാമത്തിൽ തുള്ളാൻ വന്നു. വെളിച്ചപ്പാട് നാണു തിരികെ വരുംവഴി പുഴക്കരയിൽ നിന്നൊരു കല്ലു കിട്ടി. നോക്കിയപ്പോൾ നല്ല കല്ല്. വീട്ടിൽ കുറേ നാളായി പെണ്ണും പിള്ള പറയുന്നു അമ്മി പിള്ള തേഞ്ഞു തീരാറായി. പുതിയത് ഒരെണ്ണം കൊത്തിക്കണം എന്ന്. ഇത് അമ്മി പിള്ളയാക്കാൻ പറ്റിയ കല്ലാണ്. ഒരറ്റത്ത് ചെറിയ ഒരു ഏങ്കോണലുണ്ട്. അത് കൊത്തിക്കുമ്പോൾ ഉരുട്ടിയെടുക്കാം. നാണു ആ കല്ല് കൂടെ എടുത്തു. തലയിലേറ്റുമ്പോൾ വേദനിക്കാതിരിക്കാൻ കയ്യിലിരുന്ന ചുവന്ന പട്ട് ചുറ്റി അതും തലയിലേറ്റി പോക്കരു ഹാജിയാരുടെ പറമ്പിലെ ആൽത്തറയിലെത്തുമ്പോൾ നേരം നന്നേ വൈകിയിരുന്നു. ഇനി നാട്ടിലേയ്ക്കുള്ള വണ്ടി പിടിക്കാൻ കഴിയില്ല എന്ന് കരുതി അയാൾ അന്ന് രാത്രി ആ ആൽത്തറയിൽ കഴിച്ചു കൂട്ടി. അതിരാവിലെ എഴുന്നേറ്റ് ആൽത്തറയിൽ നിന്നും നടക്കുമ്പോൾ അമ്മി പിള്ളയുടെ കാര്യം വിട്ടുപോയി.

കുറെക്കാലം കഴിഞ്ഞ് പെണ്ണും പിള്ള വീണ്ടുമൊരിക്കൽ തൊള്ള തുറക്കുന്നതു കേട്ടപ്പോഴാണ് മുമ്പ് മറന്നുവച്ച കല്ലിനേക്കുറിച്ച് അയാൾ ഓർത്തത്.

വർത്തമാനം ......

നാണു അമ്മി പിള്ള തേടി ആൽത്തറയിലെത്തുമ്പോഴല്ലേ പൂരം ! പൊടി പൂരം ! അവിടെ ഗംഭീരനൊരമ്പലം. നാണുവിന്റെ ഉള്ളു കാഞ്ഞു. തീർത്ഥാടകരുടെ തിരക്ക്. നാണുവും വരി നിന്ന്

ഊഴം കാത്ത് ഭഗവാന്റെ ദർശനം നേടി. പ്രതിഷ്ഠ കണ്ടപ്പോഴാണ് നാണു ശരിക്കും അന്തം വിട്ടത്. താൻ ചുമന്നുകൊണ്ടു വന്ന അതേ അമ്മി പിള്ള അതാ മുഴുക്കാപ്പുമണിഞ്ഞിരിക്കുന്നു. നാണു മനസു നീറി ആ ഭഗവാനോട് പ്രാർത്ഥിച്ചു. "ഭഗവാനേ എനിക്ക് എത്രയും പെട്ടെന്ന് അമ്മി പിള്ളയാക്കാൻ പറ്റിയ ഒരു കല്ല് കിട്ടണേ."

തിരികെ വീട്ടിലേയ്ക്കു യാത്ര ചെയ്യുമ്പോൾ ഭാര്യയുടെ വായിൽ നിന്ന് കേൾക്കാൻ പോകുന്ന ഭർത്സനമായിരുന്നു അയാളുടെ മനസു നിറയെ.

✡✡✡✡

കാഴ്ച

കാഴ്ചയുടെ ലോകത്തെ നല്ല ഇടയനായിരുന്നു അയാൾ. കാഴ്ചയില്ലത്തവരെ, നിറങ്ങളുടെ ലോകം അന്യമായവരെ പെട്ടെന്നൊരു ദിനം ഇരുട്ടിലാണ്ട് ഹതാശരായവരെ വെളിച്ചത്തിന്റെ ലോകത്തിലേയ്ക്ക് നയിച്ചുകൊണ്ട് അയാൾ നടന്നു. നല്ലൊരു നേത്രരോഗ വിദഗ്ധനും, നേത്ര ശസ്ത്രക്രിയാ വിദഗ്ധനുമായിരുന്നു അയാൾ തന്റെ കർമ്മ മണ്ഡലത്തിൽ അയാൾ പ്രശസ്തനും, പ്രഗത്ഭനും, പൂർണ്ണ തൃപ്തനുമായിരുന്നു. ഉപജീവനമാർഗ്ഗം എന്നതിലുപരി തന്റെ കർമ്മം ഒരു പുണ്യപ്രവർത്തിയായും അയാൾ കരുതിപ്പോന്നു. ആ നല്ല മനസ്സുകൊണ്ട് തന്നെ അയാ ൾക്ക് തന്റെ പ്രവർത്തികളിൽ ഒരു പരാജയവും ഇതുവരെ സംഭവിച്ചിരുന്നില്ല.

വളരെ താഴ്ന്ന സാമ്പത്തികാന്തരീക്ഷത്തിൽ നിന്നും പഠിച്ചു വളർന്നുവന്ന അദ്ദേഹത്തിന് ധനസമ്പാദന മാർഗ്ഗമായി മാത്രം തന്റെ കർമ്മം കാണാൻ കഴിയില്ലായിരുന്നു. തന്നെ കാണാൻ വരുന്ന ദൈന്യത മുറ്റിയ വെളിച്ചം കെട്ടുപോയ ഓരോ മിഴികളിലും തന്റെ പിതാവിന്റെ മിഴികളിലെ ദൈന്യത അദ്ദേഹം ദർശിച്ചു. അവരോട് വളരെ അനുഭാവപൂർവ്വം സംസാരിക്കുവാനും ആശ്വസിപ്പിക്കാനും അവരിൽ ശുഭാപ്തി വിശ്വാസം വളർത്തുവാനും ആ ഭിഷഗ്വരന് കഴിഞ്ഞിരുന്നു. അതുകൊണ്ട് തന്നെ രോഗികൾക്ക് അദ്ദേഹത്തോട് ഒരു ചികിത്സകനോട് തോന്നാവുന്ന ബഹുമാനത്തിലുപരി സ്നേഹമായിരുന്നു. അവർക്ക് അദ്ദേഹത്തോട് ഒരു ബന്ധുവിനോടെന്നപോലെ അടുപ്പം തോന്നിയിരുന്നതിനാൽ ശസ്ത്രക്രിയകൾക്ക് വിധേയരാകുമ്പോൾ അവർ ഒട്ടും ഭയന്നിരുന്നില്ല. ഇങ്ങനെ

യൊക്കെ ആയിരുന്നിട്ടും താനൊരു വലിയ മഹാത്മാവാണെന്നോ പുണ്യാളനാണെന്നോ അദ്ദേഹം ധരിച്ചുവച്ചിരുന്നുമില്ല. തന്റെ ലളിത ജീവിത രീതികളും സ്വഭാവഗുണങ്ങളും അദ്ദേഹം വ്രത മായി അനുവർത്തിച്ചുപോന്നു.

പലപ്പോഴും അദ്ദേഹം സ്വയം ചോദിച്ചു പോന്നു താൻ ആരാണ് ? ഈ ബ്രഹ്മാണ്ഡമായ ലോകത്തിലെ കോടിക്കണക്കിന് ചേതനവും നിശ്ചേതനവുമായ വകകളിൽ ഒന്ന്. നിസ്സാരനായ മനുഷ്യജീവി. ജനിച്ചു ; മരിക്കുവാൻ വേണ്ടി ജീവിച്ചുകൊണ്ടേയി രിക്കുന്നു. നമ്മുടെ നഗ്നനേത്രങ്ങൾക്ക് കാണുവാൻ കഴിയാത്ത സൂക്ഷ്മജീവികൾ മുതൽ പലതും മറ്റുള്ളവർക്ക് അറിഞ്ഞോ അറി യാതെയോ നന്മകൾ ചെയ്തുകൊണ്ടേയിരിക്കുന്നു. സൂക്ഷ്മജീവി കളും മറ്റും അവയുടെ പ്രവർത്തനം കൊണ്ട് മണ്ണിന്റെ ഫല സമ്പു ഷ്ടി വർദ്ധിപ്പിക്കുന്നു. സസ്യങ്ങൾ കാർബൺഡൈ ഓക്സൈഡ് സ്വീകരിച്ച് ജീവനാധാരമായ ഓക്സിജൻ വിട്ടുതരുന്നു. ആ കണ ക്കിൽ നോക്കുമ്പോൾ താൻ ചെയ്യുന്നത് വളരെ നിസ്സാരമായ പ്രവർത്തിയല്ലേ ആകുന്നുള്ളൂ. തന്റെ സ്ഥാനം ഒരു കണ്ണടയുടെതാ ണെന്ന് അയാൾക്ക് തോന്നി. മങ്ങലേറ്റ കണ്ണുകൾക്ക് കാഴ്ചയുടെ തെളിമയും നിറങ്ങളും നൽകി അത് പൊട്ടുന്നതുവരെ അങ്ങനെ വർത്തിച്ചുകൊണ്ടിരിക്കും.

വെറുതെ ആ കർമ്മമണ്ഡലത്തിൽ എത്തിപ്പെട്ടവനായിരു ന്നില്ല അയാൾ. വളരെ ചെറുപ്പത്തിലെ ആ ലക്ഷ്യം മുന്നിൽക്കണ്ട് കഠിന പ്രയത്നം ചെയ്ത് അവിടേയ്ക്ക് എത്തിപ്പെട്ട ആളായി രുന്നു. നേത്രരോഗ പീഢിതരുടെ വ്യസനങ്ങൾ അയാൾ കണ്ട റിഞ്ഞ് മനസ്സിലാക്കിയത് അയാളുടെ തന്നെ മുത്തശ്ശിയിൽ നിന്നാ യിരുന്നു. ഒരുകാലത്ത് അവർക്ക് നിറങ്ങളുടെ ലോകം അന്യമായി രുന്നില്ല. അദ്ദേഹത്തിന്റെ യൗവ്വന കാലത്തൊക്കെ മുത്തശ്ശിക്ക് കാഴ്ച ഉണ്ടായിരുന്നു. ഒരുനാൾ അവരുടെ കാഴ്ചകൾക്ക് മങ്ങ ലേറ്റു തുടങ്ങി. പിന്നെ പിന്നെ പൂർണ്ണമായ അന്ധകാരത്തിലും. അവരുടെ ജീവിതം ആകെ താറുമാറായി. അവർക്ക് ഒരു സഹായ ത്തിനുവേണ്ടി അയാളുടെ പിതാവ് നേരത്തെ വിവാഹവും ചെയ് തു. 'ഉപ്പോളമാവുമോ ഉപ്പിലിട്ടത്' എന്നതുപോലെ അവരുടെ

പ്രശ്നങ്ങൾ അവരുടേതായിത്തന്നെ അവശേഷിച്ചു. പ്രത്യേകിച്ചും അയാളുടെ ജനനത്തോടെ. അയാളുടെ അമ്മയേയും കുറ്റപ്പെടു ത്താനാകില്ല. അവർ ഒരേ സമയം എത്ര കാര്യങ്ങൾ ശ്രദ്ധിക്കും. പക്ഷേ മുത്തശ്ശി അതു മനസ്സിലാക്കി തന്റെ വിധിയിൽ ആരോടും പരിഭവമില്ലാതെ ആ വീടിന്റെ ഒരു കോണിൽ കഴിഞ്ഞു കൂടി.

എന്റെ മുഖം എന്റെ മുത്തശ്ശി കണ്ടിട്ടില്ല. അതിൽ അവർക്ക് അതിയായ വ്യസനം ഉണ്ടായിരുന്നു. അവരെപ്പോഴും നാമം ജപി ച്ചുകൊണ്ട് ഒരിടത്തിരിക്കും. മുത്തശ്ശിക്ക് എന്നെ വളരെ ഇഷ്ടമാ യിരുന്നു. എന്നെ എപ്പോഴും അടുത്തിരുത്തി മുതുകിൽ വാത്സല്യ ത്തോടെ തലോടും. അപ്പോൾ പറയും. "ഈശ്വരാ എനിക്കെന്റെ കുഞ്ഞിന്റെ മുഖം ഒരു തവണയെങ്കിലും കാണാൻ കഴിഞ്ഞി ല്ലല്ലോ ? ഇങ്ങനെയിട്ട് മറ്റുള്ളവർക്ക് കൂടി ഒരു നരകമാക്കാണ്ട് എന്നെ അങ്ങട്ട് എടുക്കണില്ലല്ലോ" ?

എനിക്കതു കേൾക്കുമ്പോൾ സങ്കടം തോന്നും. മുത്തശ്ശി പോയാൽ പിന്നെ ആരാണ് എന്നെ അടുത്തിരുത്തി മുതുകത്ത് തലോ ടുക. ആരുണ്ട് പിന്നെ കഥകൾ പറഞ്ഞുതരാൻ. മുത്തശ്ശിക്ക് ധാരാളം കഥകൾ അറിയാം. അത് ഈണത്തിൽ ചൊല്ലാനുമറി യാം. ഞാൻ അടുത്തിരിക്കുമ്പോഴെല്ലാം മുത്തശ്ശി കഥകളുടെ ചെല്ലവും തുറന്നിരുന്നു. താൻ അപ്പോൾ അവരുടെ ദേഹത്തോട് പറ്റിച്ചേർന്നിരിക്കും. അല്ലെങ്കിൽ മടിയിൽ തലവച്ച് മലർന്നു കിട ക്കും. മിക്കപ്പോഴും അതേ കിടപ്പിൽ കഥകൾ കേട്ടു കിടന്ന് മയങ്ങി പ്പോകും. ആ മയക്കത്തിൽ ഞാൻ കേട്ട കഥകളിലെ കഥാപാത്ര ങ്ങൾ എന്റെ സ്വപ്നങ്ങളിൽ നിറയും. ആ സ്വപ്നങ്ങളിൽ ഞാൻ പായുന്ന കുതിരപ്പുറത്ത് ആകാശക്കോട്ടയിലെ രാക്ഷസന്റെ തടവ റയിൽ നിന്ന് രാജകുമാരിയേയും രക്ഷിച്ചുപായുന്ന രാജകുമാര നാകും. ഒരുനാൾ അങ്ങനെ ഇരിക്കുമ്പോഴാണ് മുത്തശ്ശി എന്നോട് പറഞ്ഞത്. " എന്റെ കുട്ടി വലുതാവുമ്പോ ഒരു അപ്പോത്തിക്കിരി ആവണം. കണ്ണിന്റെ സൂക്കേട് മാറ്റുന്ന അപ്പോത്തിക്കിരി. കണ്ണില് ഇരുട്ട് മാത്രം ഉള്ളോരിക്ക് വെളിച്ചം കൊടുക്കണത് ഒരു ഈശ്വര പ്രവൃത്തി തന്നെയാ കുട്ടിയേ."

അന്നാണ് ഞാൻ ആ ലക്ഷ്യം മനസ്സിൽ കുറിച്ചത്. ഈശ്വര
പ്രവൃത്തി ചെയ്യുന്ന ഒരു മനുഷ്യൻ. ദീനം ഭേദമായി തന്നെ
നോക്കുന്ന കണ്ണുകളിൽ നന്ദിയും സന്തോഷവും നിറയുന്ന
മനുഷ്യർ. ഒരു ഭിഷഗ്വരന്റെ പ്രവൃത്തി എത്ര ആഹ്ലാദമുളവാക്കുന്ന
താണ്.   അവന് പ്രതിഫലം കിട്ടുന്നതോടൊപ്പം തന്നെ തന്റെ
രോഗികളുടെ   ആദരവും ഹൃദയത്തിൽ തൊടുന്ന നന്ദിയും
നേരിട്ട് ലഭിക്കുന്നു. അവരുടെ മനസ്സിൽ ദൈവത്തിന് തൊട്ട്
താഴെയാണ് ചികിത്സകന്റെ സ്ഥാനം. നേരെ മറിച്ച് ഒരു കർഷ
കനോ സർക്കാർ ഉദ്യോഗസ്ഥനോ അത് അനുഭവേദ്യമാകുന്നില്ല.
അന്നു മുതൽ ഞാൻ ആ ലക്ഷ്യത്തിലേയ്ക്ക് ചുവടുവച്ചു തുടങ്ങി.
എത്രയും പെട്ടെന്ന് ഒരു നേത്ര ചികിത്സകനാകാൻ ഞാൻ ആഗ്ര
ഹിച്ചു. എനിക്ക് എന്റെ മുത്തശ്ശി യുടെ കണ്ണുകൾക്ക് വെളിച്ചം
കൊടുക്കണം. കണ്ണുകൾക്ക് കാഴ്ച ശക്തി കിട്ടിയാൽ മുത്തശ്ശിക്ക്
എന്നെ കാണാം. വീണ്ടും വർണ്ണങ്ങളുടെ മേളനം അനുഭവിക്കാം.
രാത്രിയും പകലും തിരിച്ചറിയാം. അങ്ങനെ നരകം എന്ന് മുത്തശ്ശി
സ്വയം പഴിക്കുന്ന ജീവിതത്തെ അവർ വീണ്ടും സ്നേഹിക്കും.
കാഴ്ചയുണ്ടായിരുന്നെങ്കിൽ മുത്തശ്ശി ഇപ്പോൾ തന്നെ സ്നേഹി
ക്കുന്നതിലും കൂടുതലായി സ്നേഹിക്കുമായിരുന്നോ ? ഒരുപക്ഷേ
ആവുമായിരിക്കും. പക്ഷേ എനിക്കതിന് കഴിഞ്ഞില്ല. ഞാൻ
ലക്ഷ്യത്തിലെത്തും മുമ്പേ മുത്തശ്ശി മരിച്ചു.

ഒരു കർഷകത്തൊഴിലാളിയായ എന്റെ പിതാവ് അദ്ദേഹ
ത്തിന്റെ മുഴുവൻ അദ്ധ്വാനവും എന്റെ പഠിപ്പിനായി ചിലവഴിച്ചു.
ഫീസടയ്ക്കേണ്ട അവസാന നാളുകളിൽ വിയർപ്പുമണക്കുന്ന
മുഷിഞ്ഞ നോട്ടുകളുമായി വിവശനായി കോളേജിലെത്തുന്ന
അച്ഛന്റെ മുഖത്തെ ദൈന്യത ഞാൻ കണ്ടിരുന്നു. അത് എന്റെ
ലക്ഷ്യസാധൂകരണത്തിന് ബലം കൂട്ടി. പഠിച്ചു നല്ലൊരു നിലയി
ലെത്തി മാതാപിതാക്കൾക്ക് സൗഭാഗ്യങ്ങളോടുകൂടിയ ഒരു
വിശ്രമ ജീവിതം നൽകണം. പക്ഷേ അതിനും വളരെയൊന്നും
കഴിഞ്ഞില്ല. ഞാൻ ഒരു ചികിത്സകനെന്ന നിലയ്ക്ക് പേരെടുത്തു
വന്നപ്പോഴേയ്ക്കും അവരും യാത്രയായി കഴിഞ്ഞിരുന്നു. ആ
നഷ്ടബോധമല്ലേ താൻ ഇന്ന് ഒരുപക്ഷേ ദരിദ്രരായ രോഗിക
ളോട് കാണിക്കുന്ന അനുകമ്പ ?

അങ്ങനെ കഴിയവേയാണ് തന്റെ കാഴ്ചയുടെ ലോകത്ത് പുതിയൊരു കാഴ്ചയുമായി ആ മനുഷ്യനെത്തിയത്. അധികം തിരക്കില്ലാത്ത ഒരു ഉച്ച സമയത്താണ് അയാൾ എന്റെ പരിശോധനാ മുറിയിലേയ്ക്ക് കടന്നുവന്നത്. പുറകെ എന്റെ അറ്റൻഡർ ഓടി വന്നു അയാളെ പിടിച്ചു വലിച്ചു. അയാൾ ഈർഷ്യയോടെ അറ്റൻഡറുടെ പിടി കുതറിച്ചുകൊണ്ടിരുന്നു. ഞാൻ ഇടപെട്ടു. "എന്താ പ്രശ്നം. അയാളുടെ പിടി വിടൂ." സർ, ഇയാൾ മുറപ്പടി അല്ല വന്നത് അറ്റൻഡർ പറഞ്ഞു. "ഞാൻ എന്തിന് മുറപ്പടി വരണം ? ഞാൻ ചികിത്സ തേടി വന്നതല്ലേ" ? അയാൾ ഈർഷ്യയോടെത്തന്നെ പറഞ്ഞു. " നിങ്ങൾ പൊയ്ക്കോളൂ. ഞാൻ നോക്കിക്കൊള്ളാം. ഞാൻ അറ്റൻഡറോട് പറഞ്ഞു.

അറ്റൻഡർ പുറത്തേയ്ക്ക് പോയി. ഞാൻ അയാളെ സസൂക്ഷ്മം നോക്കി. ഈ മനുഷ്യൻ പിന്നെ എന്തിനു വന്നതാണ് ? അയാൾ എന്റെ സുഹൃത്തല്ല. ഇനി പിരിവുകാരനോ മറ്റോ ആണോ ? അങ്ങനെ ആണെങ്കിൽ രസീതു കുറ്റിയും മറ്റും കാണേണ്ടതല്ലേ. അയാളുടെ പക്കൽ ഒരു വസ്തുവുമില്ല. മാത്രമല്ല അത്തരക്കാർക്കുവേണ്ടി പുറത്ത് ഒരു ബോർഡ് തൂങ്ങുന്നുണ്ട്. 'സംഭാവനകൾ കൊടുക്കുന്നതല്ല' എന്ന്. ക്ഷൗരം ചെയ്യാതെ നിരതെറ്റി വളർന്നു മുറ്റിയ താടി, ചുരുണ്ട മുടിയിഴകൾ നെറ്റിയിലേയ്ക്ക് ചിതറിക്കിടക്കുന്നു. മുഷിഞ്ഞ വസ്ത്രം, കുപ്പായ കൈകൾ തെറുത്ത് കൈമുട്ടിന് മുകളിലേയ്ക്ക് കയറ്റിവച്ചിരിക്കുന്നു. ഞാൻ ചോദിച്ചു.

"നിങ്ങളാരാണ് ? എന്താണ് നിങ്ങൾക്കുവേണ്ടത് ? നിങ്ങളെ ഒരു പരിചയവും തോന്നുന്നില്ലല്ലോ ? അയാൾ ചിരിച്ചു.

"സർ, എന്നെ ഒരു പരിചയവും തോന്നാത്തതിനാലാണല്ലോ ഞാൻ ആരാണ് എന്ന് ചോദിച്ചത്. അപ്പോൾ എന്നെ ഒരു പരിചയവും തോന്നുന്നില്ലല്ലോ എന്ന വാചകം അനാവശ്യമാണ്. പിന്നെ ഞാനാരാണ് എന്ന ചോദ്യത്തിനുത്തരം ഞാൻ ആരുമല്ല. ലോകത്തിലുള്ള തിന്നു, കുടിച്ചു, മദിച്ചു, രമിച്ചു നടക്കുന്ന കോടിക്കണക്കിനു നിസ്സാരരായ ജീവികളിൽ ഒന്ന്." ഇത്രയും കേട്ട

പ്പോൾ തന്നെ വന്നിരിക്കുന്നത് രൂപഭാവങ്ങൾ കൊണ്ട് വിലയിര
ത്തപ്പെടേണ്ട ഒരാളല്ല എന്ന് എനിക്ക് മനസ്സിലായി.

തെല്ലു നേരത്തേ മൗനത്തിന് ശേഷം അയാൾ പറഞ്ഞു.
"സർ എന്റെ പേര് ഇവിടെ പ്രസക്തമല്ല. അത് ഞാൻ പറയാനും
ആഗ്രഹിക്കുന്നില്ല. എന്താണ് എന്റെ പേര് എന്ന് എനിക്കു തന്നെ
ഓർമ്മയില്ല. ആരും എന്നെ എന്റെ പേര് ചൊല്ലി വിളിക്കാറില്ല.
അങ്ങനെ വിളിക്കാൻ എനിക്ക് ആരും തന്നെയില്ല. അല്ലെങ്കിൽ
തന്നെ ഒരു പേരിലെന്തിരിക്കുന്നു. ഏത് ഒരു വ്യക്തിക്കും ഏത് ഒരു
വസ്തുവിനും നാം പേരിട്ട് വിളിക്കുന്നത് നമുക്ക് അവയെ തിരിച്ച
റിയുവാൻ വേണ്ടിയാണ്. ഞാൻ അങ്ങനെ തിരിച്ചറിയപ്പെടാൻ
മാത്രം വലിയ ആളൊന്നുമല്ല. എന്നെ തിരിച്ചറിയുന്നതുകൊണ്ട്
എനിക്കോ മറ്റുള്ളവർക്കോ വലിയ ഉപയോഗം ഉണ്ടെന്ന് തോന്നു
ന്നില്ല. ഇത്രയുമായപ്പോഴേയ്ക്കും എനിക്ക് അത്ഭുതം തന്നെ
തോന്നി. ഇദ്ദേഹം എന്താണ്. തീർച്ചയായും സാധാരണക്കാരനല്ല.
രൂപവും വാക്കുകളും തമ്മിൽ യോജിക്കുന്നുമില്ല. എന്റെ മുന്നിലി
രിക്കുന്നത് ഭൂതകാലത്തിൽ നിന്നോ മറ്റോ ഇറങ്ങിവന്ന വേദശാ
സ്ത്രപാരംഗതരായ വ്യാസനോ, മനുവോ ആണോ ? അതോ
നാറാണത്തു ഭ്രാന്തനോ ?

"സർ, ഞാൻ വേദശാസ്ത്ര പണ്ഡിതനൊന്നുമല്ല. വെറു
മൊരു സാധാരണ മനുഷ്യൻ. വിശപ്പും ദാഹവും ഉള്ളവൻ, ഇരു
കാലിൽ ചലിക്കുന്നവൻ, ഉറങ്ങുമ്പോൾ ഉണർന്നിരിക്കാത്തവൻ,
വെറും ചപല ചിത്തൻ". എന്റെ മനസ്സിലെ ചിന്തകൾ വായിച്ചിട്ടെ
ന്നപോലെ അയാൾ പറഞ്ഞു. എന്റെ അത്ഭുതം ശതഗുണീഭവിച്ചു.
ഞാൻ എന്റെ ഇരിപ്പിടത്തിൽ നിന്നും എഴുന്നേറ്റുപോയി.
ഇയാൾക്ക് മനസ്സും വായിക്കാൻ കഴിയുമോ ? "താങ്കൾക്ക്
എന്താണ് വേണ്ടത്" ഞാൻ ചോദിച്ചു. "സാർ എനിക്ക് താങ്കളുടെ
സഹായം വേണം" ? "എന്താണെങ്കിലും ചോദിക്കൂ. എനിക്കു കഴി
യുന്നതാണെങ്കിൽ തീർച്ചയായും താങ്കൾക്കുവേണ്ടി ഞാനത്
ചെയ്തിരിക്കും. ഞാൻ വാക്കു നൽകി. "തീർച്ചയായും താങ്കൾക്ക്
അതിനു കഴിയും". അയാൾ ഉറപ്പു പറഞ്ഞു. തെല്ലുനേരത്തെ
മൗനത്തിനുശേഷം അയാൾ പറഞ്ഞു.

“സാർ ദയവായി അങ്ങ് എന്റെ കണ്ണുകൾ പറിച്ചെടുക്കണം”അയാൾ അപേക്ഷിച്ചു. ഞാൻ ഞെട്ടിപ്പോയി. ചാടി എഴുന്നേറ്റ് ആക്രോശിച്ചു. “ കണ്ണു പറിക്കാനോ ? നിങ്ങൾക്കെന്താ ഭ്രാന്തുണ്ടോ” ? ശാന്തനായി അയാൾ പ്രതി വച്ചു. “ അതേ സാർ, ഞാനൊരു ഭ്രാന്തനാണ്. എനിക്ക് ഭ്രാന്തില്ലെന്ന് മറ്റുള്ളവർ പറയാത്തിടത്തോളം കാലം ഞാൻ ഭ്രാന്തനാണ്.”

ഇപ്പോൾ ഞാൻ ശക്തമായിത്തന്നെ ഞെട്ടി. പിന്നെ പതുക്കെ മനഃസാന്നിദ്ധ്യം വീണ്ടെടുത്തു. ഇയാൾ അപകടകാരിയാണെന്ന് തോന്നുന്നില്ല. പോരെങ്കിൽ വിവേകപൂർവ്വം സംസാരിക്കുന്നുമുണ്ട്. ഇയാൾ ശരിക്കും ഭ്രാന്തനാണോ ? എനിക്ക് സംശയം തോന്നി. കുറച്ച് നിമിഷങ്ങൾ അങ്ങനെ കടന്നു പോയി.

“സർ ഞാൻ പറഞ്ഞത് നൂറുശതമാനം ആത്മാർത്ഥമായ ആവശ്യമാണ്. എന്റെ രണ്ടു ദൃഷ്ടികളുടേയും കർത്തവ്യം പൂർത്തിയായിക്കഴിഞ്ഞു. അവ കൊണ്ട് കാണേണ്ട കാഴ്ചകളൊക്കെ ഞാൻ കണ്ടുകഴിഞ്ഞു. ഇപ്പോൾ എനിക്ക് കാഴ്ചകളൊക്കെ അരോചകമാണ്. പുതുതായി കാണാൻ ഒന്നും തന്നെയില്ല. രോഗപീഢിതരായ മനുഷ്യർ, ചൂഷകവർഗ്ഗത്തിന്റെ മേൽക്കൊയ്മ, അത് നിശബ്ദം അനുവദിച്ചുകൊടുക്കുന്ന ചൂഷിതർ, ജാതി വർണ്ണ വർഗ്ഗ വിവേചനങ്ങൾ, അന്ധവിശ്വാസികൾ, അനാചാരങ്ങൾ, ഈശ്വരന്റെ പേരിൽ പോലും മുതലെടുപ്പ്, പീഢനങ്ങൾ, പുറം പൂച്ചുകൾ, കുതികാൽ വെട്ട്, ദാരിദ്ര്യം, പട്ടിണി മരണം, സ്വന്തം കുഞ്ഞുങ്ങളെപ്പോലും വിലയ്ക്കു വിൽക്കുന്നവർ, ബാലവേല, അഴിമതി, പൊങ്ങച്ചപ്പേക്കോലങ്ങൾ, നിയമം പോലും വിലയ്ക്കു വാങ്ങുന്ന കുറ്റവാളികൾ, കൊള്ള, കൊല, കൊള്ളിവയ്പ്, വർഗ്ഗീയ സംഘട്ടനങ്ങൾ, സ്വന്തം കുഞ്ഞുങ്ങളെപ്പോലും പീഢിപ്പിക്കുന്ന പിതാക്കന്മാർ, അവശരും വൃദ്ധരുമായ മാതാപിതാക്കളെ പുറംതള്ളി കതകടയ്ക്കുന്ന മക്കൾ ഇവയെല്ലാം പഴയ കാഴ്ചകൾ തന്നെ. ഇവയിലേതാണ് സാർ കണ്ണിനു കാണാൻ കൊള്ളാവുന്നത്. ഇതിലേതാണ് മനസ്സു കുളിർപ്പിക്കുന്ന കാഴ്ച. ഞാൻ എന്റെ കണ്ണുകൾ പറിച്ചെടുക്കാനേ പറഞ്ഞുള്ളൂ. താങ്കൾക്ക് അത് എന്തുവേണമെങ്കിലും ചെയ്യാം. ഇപ്പറഞ്ഞ കാഴ്ച

കളൊക്കെ കാണാൻ ദുര മൂത്തു നടക്കുന്ന കുറേ മനുഷ്യരുണ്ട ല്ലോ, താങ്കൾക്ക് രോഗികളായി. അവർക്കാർക്കെങ്കിലും ഈ കണ്ണു കൾ താങ്കൾക്ക് ദാനമായി നൽകാം." '

'സുഹൃത്തേ,താങ്കൾ വിശദമായി നിങ്ങളെക്കുറിച്ച് പറ യൂ."ഞാൻ ചോദിച്ചു. നിങ്ങൾക്കു ബന്ധുക്കളാരുമില്ലേ. വീടുപേ ക്ഷിച്ചുവന്നതാണോ ? അയാൾ കുറേ നേരം തന്റെ തന്നെ പാദങ്ങ ളിലേയ്ക്ക് ദൃഷ്ടിയൂന്നിയിരുന്നു. മുഖമുയർത്തി പതുക്കെ പറഞ്ഞു തുടങ്ങി.

"സർ ബന്ധുക്കളൊക്കെയുണ്ടായിരുന്നു പണ്ട്. ഞാൻ അവരെ ഉപേക്ഷിച്ചതല്ല. അവർ എന്നെയാണ് ഉപേക്ഷിച്ചത്. ജനി ച്ചതും വളർന്നതുമെല്ലാം വളരെ പ്രശസ്തമായ ഒരു തറവാട്ടിൽ തന്നെയാണ്. ചെറുപ്പത്തിലേ അച്ഛനും അമ്മയും മരിച്ചു. സഹോദ രങ്ങളുമൊത്ത് തറവാട്ടിൽ ഒരുമിച്ചാണ് പാർത്തിരുന്നത്. സാമ്പ ത്തികമായി വളരെ ഉന്നതിയിലായിരുന്ന കുടുംബം. എനിക്ക് പെട്ടെന്ന് ഒരുനാൾ ഉന്മാദത്തിന്റെ തിരയിളക്കം വന്നു. നാണ ക്കേടു ഭയന്നു കൂടപ്പിറപ്പുകൾ എന്നെ ഒരു മനോരോഗ ചികിത്സാ ലയത്തിൽ നടതള്ളി. പിന്നെ ഒരിക്കൽപോലും അവർ അവി ടേയ്ക്ക് തിരിഞ്ഞുനോക്കിയില്ല. അസുഖം ഭേദമായപ്പോൾ ആശു പത്രി അധികൃതർ ഒരുപാട് കത്തുകൾ വീട്ടിലേയ്ക്കു അയച്ചു. ഒരു ഫലവുമുണ്ടായില്ല. നിവൃത്തിയില്ലാതെ അവർ എന്നെ എന്റെ സ്വന്തം ജാമ്യത്തിൽ വിട്ടയച്ചു. ഇത്രയും കത്തുകൾ അയച്ചിട്ടും പ്രതികരിക്കാത്ത സഹോദരങ്ങളുടെ അടുത്തേയ്ക്ക് തിരികെ പോകാതിരിക്കാനുള്ള വിവേകം എനിക്കുണ്ടായിരുന്നു. പിന്നീട് ഞാനറിഞ്ഞു. എന്നെ ആശുപത്രിയിലാക്കിയ അന്നു മുതൽ വേദാന്ത പഠനത്തിൽ ഹരം കയറിയ ഞാൻ നാടുവിട്ടുപോയി എന്നാണ് എന്റെ സഹോദരങ്ങൾ പറഞ്ഞു പരത്തിയിരിക്കുന്ന തെന്ന്. അതുകൊണ്ടാണ് ഞാൻ പറയുന്നത് എന്റെ കാര്യങ്ങൾ തീരുമാനിക്കാൻ എനിക്കു മാത്രമേ അവകാശം ഉള്ളൂ. അത് എനിക്ക് ആരെയും ബോധ്യപ്പെടുത്തേണ്ട കാര്യവും ഇല്ല. സർ എത്രയും പെട്ടെന്ന് എന്റെ കണ്ണുകൾ ശസ്ത്രക്രിയ ചെയ്ത്

പുറത്തെടുത്ത് എനിക്ക് കാഴ്ചകളുടെ ലോകത്തു നിന്നും ശാപ മോക്ഷം നൽകിയാലും."

ഒരു നേത്ര ചികിത്സകൻ എന്ന നിലയിൽ ആദ്യമായാണ് ഇത്തരമൊരു അനുഭവം. ഇത്തരമൊരുഭിപ്രായവും ആദ്യമായാണ്. 'കാഴ്ച' ഒരു ശാപമാണത്രേ ! വിവിധ ചിന്തകളാൽ കുഴപ്പത്തിലായതും അനുകമ്പാപൂർണ്ണവുമായ മനസ്സോടെ ഞാൻ പറഞ്ഞു.

"സുഹൃത്തേ, ഒരു നേത്ര ചികിത്സകൻ എന്ന നിലയ്ക്ക് ഞാൻ കാഴ്ച കൊടുക്കുകയേ ചെയ്യാവൂ. കാഴ്ച എടുക്കുവാൻ പാടില്ല. മാത്രവുമല്ല നേത്രദാനം ചെയ്യുന്നതിന് അതിന്റേതായ രീതികളുണ്ട്. സമ്മതപത്രം ഒപ്പിടണം. വിരോധമുള്ളവരാരുമില്ലെന്ന് ബോദ്ധ്യപ്പെടുത്തണം. സാധാരണ രീതിയിൽ മരണശേഷമേ കണ്ണുകൾ എടുക്കാറുള്ളൂ. ജീവിച്ചിരിക്കുന്നവരുടെ കണ്ണുകൾ എടുത്തതായി കേട്ടുകേൾവി പോലുമില്ല." അയാളെ പിന്തിരിപ്പിക്കുവാൻ ഞാൻ പറഞ്ഞുകൊണ്ടിരുന്നു. വിഫലമാണെന്നറിയാമെങ്കിലും.

"സമ്മതമാണെങ്കിൽ ഒരു സമ്മതപത്രം ഒപ്പിട്ടുതരൂ. ഞാൻ നിങ്ങളുടെ മരണശേഷം ഈ കണ്ണുകൾ ദാനമായി എടുത്തുകൊള്ളാം."

അതുകേട്ട അയാൾ ഉറക്കെയുറക്കെ ചിരിച്ചു. "ലക്ഷ്യമെന്തന്നറിയാതെ അലഞ്ഞുതിരിയുന്ന ഈ ഭ്രാന്തൻ എവിടെ മരിച്ചു വീഴുമെന്ന് താങ്കൾ എങ്ങനെ അറിയും. മരണം മുൻകൂട്ടി അറിയുവാനുള്ള ശേഷി എനിക്കുമില്ലല്ലോ. അങ്ങനെ ആയിരുന്നു എങ്കിൽ മരിക്കുന്നതിനു തൊട്ടുമുമ്പ് ഞാൻ തന്നെ നേരിട്ടെത്തി ഇവ ദാനമായി തന്നേനേ. മാത്രവുമല്ല ഞാൻ നേരത്തേ പറഞ്ഞുവല്ലോ സർ, കാഴ്ചകളിൽ നിന്നും ഒരു രക്ഷനേടലാണ് ഞാൻ ആഗ്രഹിക്കുന്നതെന്ന്. താങ്കൾ എന്റെ കണ്ണുകൾ പറിച്ചില്ലെങ്കിൽ എനിക്ക് അവ സ്വയം കുത്തിപ്പൊട്ടിച്ചുകളയേണ്ടി വരും." എന്റെ ഉത്തരം മുട്ടി.

"സുഹൃത്തേ, രണ്ടു കണ്ണും നഷ്ടപ്പെട്ടാൽ ജീവിതം അതിദുസ്സഹമാകും. നിങ്ങൾക്കു മാത്രമല്ല, നിങ്ങൾക്കു ചുറ്റിനും ജീവിക്കുന്നവർക്ക്, അത് ബന്ധുക്കളാകണമെന്നില്ല നിങ്ങൾ സഞ്ചരിക്കുന്ന പാതയോരങ്ങളിലുള്ളവർക്കാകാം. ഞാൻ മനസ്സിലാക്കിയിടത്തോളം ആരെയും ബുദ്ധിമുട്ടിപ്പിക്കരുതെന്ന് കരുതുന്ന ഒരാ

ളുണ്ടല്ലോ നിങ്ങൾ. അപ്പോൾ ഉള്ള കണ്ണ് കളഞ്ഞ് നിങ്ങൾ മറ്റുള്ള വർക്ക് വരുത്തിവയ്ക്കാവുന്ന ബുദ്ധിമുട്ടുകൾ ആലോചിച്ചു നോക്കൂ. എന്നിട്ടും നിർബന്ധമാണെങ്കിൽ നിങ്ങളുടെ ഒരു കണ്ണ് ഞാനിപ്പോൾ എടുക്കാം. ഭാഗ്യമുണ്ടെങ്കിൽ മരണശേഷം മറ്റേതും. എന്തു പറയുന്നു." അയാൾ ഒട്ടുനേരം ആലോചിച്ചിരുന്നു.

"ശരി സർ, സമ്മതം. ഒന്നെങ്കിൽ ഒന്ന്. അത്രയെങ്കിലും എന്റെ കാഴ്ചയുടെ ഭാരം കുറച്ചു തരൂ."

അയാൾക്കുവേണ്ടി ഞാൻ ഒരു സമ്മതപത്രം പൂരിപ്പിച്ചു. ഒപ്പിടുവാനായി അയാൾക്കു നൽകിക്കൊണ്ടു പറഞ്ഞു. "എന്താ യാലും ഇന്ന് നടപ്പില്ല. ഞാൻ ഒരു തീയതി തരാം. അന്ന് വന്നാൽ മതി. ഒരു സ്വീകർത്താവിനെ കണ്ടുപിടിക്കണ്ടേ ? വിമ്മിഷ്ടത്തോ ടെയാണെങ്കിലും അയാൾ സമ്മതഭാവത്തിൽ തല ചലിപ്പിച്ചു കൊണ്ട് സമ്മതപത്രം ഒപ്പിട്ടു നൽകി. ശസ്ത്രക്രിയക്കുള്ള തീയ തിയും കുറിച്ചു വാങ്ങി. ധടുതിയിൽ നടന്നു മറഞ്ഞു.

ഞാൻ അയാളുടെ സമ്മതപത്രത്തിൽ കണ്ണോടിച്ചു. പേര്, വയസ്സ്, മേൽവിലാസം എന്നിവ എഴുതിയിട്ടില്ല. പേരിന്റെ സ്ഥാനത്ത് ശ്രീ. നാറാണത്ത് എന്ന് ഞാനെഴുതി. 'ഭ്രാന്തൻ' എന്നെ ഴുതുയില്ല. എഴുതുവാൻ തോന്നിയില്ല. ശരിക്കും അയാൾ നാറാ ണത്തു ഭ്രാന്തനാണോ ? ഒരു കാലിലെ മന്ത് മറ്റേ കാലിലേയ്ക്ക് മാറ്റാൻ പറയുന്നതുപോലെയല്ലേ അയാൾ പറഞ്ഞതും കാഴ്ച പറി ച്ചെടുക്കാൻ.

പിന്നീടൊരുനാൾ വിജയകരമായ ഒരു ശസ്ത്രക്രിയ വഴി അയാളുടെ ഇടതുകണ്ണ് അപകടത്തിൽ കാഴ്ച നഷ്ടപ്പെട്ട ഒരു കുഞ്ഞിന് വച്ചു പിടിപ്പിച്ചു. ദിവസങ്ങൾക്കുശേഷം ഒരു വശത്തിരുട്ട് നിറച്ചു കാഴ്ചയുടെ ഭാരം കുറച്ച ആശ്വാസത്തോടെ അയാളും പുതിയ കാഴ്ചയുടെ ആഹ്ലാദത്തോടെ ആ കുട്ടിയും ആശുപത്രി വിട്ടുപോയി. ഞാൻ മാത്രം എനിക്കനുഭവവേദ്യമായ പുതിയ കാഴ്ചപ്പാടിൽ അമ്പരന്ന് എന്റെ ചികിത്സാ മുറിയിൽ ചിന്താമഗ്ന നായിരുന്നു.

✡✡✡✡

ബിഗ് ബെൻ

ടാംഗ് .... ടാംഗ് .... ടാംഗ് .... ടാംഗ് ....

ചുമർ ഘടികാരത്തിന്റെ അപ്രതീക്ഷിതമായ ശബ്ദഘോഷം കേട്ടാണ് ഉണർന്നത്. കിടക്കയിൽ നിന്നും അലോസരത്തോടെ ചുമരിലിരുന്ന് കൂസാതെ മണി മുഴക്കുന്ന ആ യന്ത്രത്തെ നോക്കി പല്ലുറുമ്മി. എന്തുപറ്റി ഈ സാധനത്തിനിന്ന് നിത്യേന അതിന് ചാവി മുറുക്കാറുണ്ടെങ്കിലും വളരെക്കാലമായി മണി മുഴക്കൽ നിന്നിട്ട്. ഉറക്കത്തിന്റെ സുഖം കളഞ്ഞതിൽ ശപിച്ചുകൊണ്ടാണെങ്കിലും തെല്ലൽഭുതത്തോടെ എഴുന്നേറ്റു. ലണ്ടനിൽ ഇതു മഞ്ഞുകാലമാണ്. മൂരി നിവർത്തി ചില്ലു ജാലകത്തിലൂടെ താഴേക്ക് കണ്ണെറിഞ്ഞു. ങ്ഹാ ! എന്താത് ? താഴെ നിരത്തിൽ കോട്ടും തൊപ്പിയും അണിഞ്ഞ ഒരാൾരൂപം കല്ലിനു കാറ്റുപിടിച്ചാലെന്ന പോലെ മഞ്ഞേറ്റു നിൽക്കുന്നു. താഴെ ബിഗ് ബെന്നിനു മുൻപിലായി.

ബിഗ് ബെന്നിനു മുൻപിലായി എതിരേ ഉള്ള കെട്ടിടം ഞാൻ തിരഞ്ഞു പിടിച്ചതായിരുന്നു. കുട്ടിക്കാലത്ത് അത്ഭുതത്തോടെ വായിച്ചറിഞ്ഞിരുന്ന ആ നാഴികമണി എന്നും കാണാൻ. കണ്ട് കണ്ട് കൗതുകം ഉറഞ്ഞുവരുന്ന കാലത്താണ് ഈ പുതിയ കാഴ്ച. ഈച്ച പോലും പുറത്തിറങ്ങാത്ത ഇക്കാലത്ത് മഞ്ഞേറ്റു നിൽക്കുന്ന ഒരു മനുഷ്യനോ? അത്ഭുതം അടക്കാനായില്ല. അതിലെ മണിമുഴക്കം മാറിയ നേരം അയാൾ നടന്നുപോയി.

ഞാൻ തെല്ലുനേരം അതോർത്തു നിന്നെങ്കിലും പെട്ടെന്ന് ദിനചര്യകളിൽ വ്യാപൃതനായി.

ഓഫീസിലിരിക്കുമ്പോഴും ആ മനുഷ്യന്റെ അനിതര സാധാരണമായ പ്രവർത്തിയായിരുന്നു മനസ്സിൽ. എന്തിനാണയാൾ മഞ്ഞുകൊണ്ടു നിന്നത്. മണിമുഴങ്ങുന്നതു കാണാൻ അത്ര താല്പര്യമോ ? കീബോഡിലൂടെ വെറുതെ വിരലുകൾ പരതി നടന്നു. ആകാംക്ഷ അടക്കാനാവാതെ വന്നപ്പോൾ ഒരു സുഹൃത്തിനോട് ചോദിച്ചു. "*Hay Jack, Do any one in England stand out said for 15 minutes in this freezing season.*" അദ്ദേഹം നെറ്റി ചുളിച്ചു. "*15 minutes ! thats crazy man. This is the season of pneumonia*".

"*If is true I saw a crazy man today, he was watching the big ben when that rang*". ജാക്കിന്റെ അത്ഭുതം വകവയ്ക്കാതെ ഞാൻ സീറ്റിലേയ്ക്ക് തിരികെ നടന്നു.

മുറിയിലെത്തി ആദ്യം ചെയ്തത് ക്ലോക്ക് ശരിക്കും ചാവി മുറുക്കി റെഡിയാക്കുകയായിരുന്നു. ഏതായാലും എനിക്കൊരു കൂട്ടായി. അത് കേടായ അന്നു മുതൽ എന്റേതല്ലാത്ത മറ്റൊരു ശബ്ദവും മുറിയിൽ മുഴങ്ങിയിട്ടില്ല. "എന്താടോ തനിക്ക് പറ്റിയത് ? കുറച്ചു കാലമായി എനിക്ക് മിണ്ടാനും പറയാനും ആരുമില്ലാതായി. എങ്ങനെ മിണ്ടും, താൻ ചത്തെന്നല്ലേ കരുതിയത്! ശവത്തിനോട് എന്തു മിണ്ടാൻ". ഫ്രയിംഗ് പാൻ എടുത്ത് കഴുകി വച്ചു. ഫ്രിഡ്ജ് തുറന്നു നോക്കി. മുട്ടയുണ്ട്. "എന്നാൽ താൻ ചത്തിട്ടില്ല, ഉറക്കമായിരുന്നു എന്ന് ഇപ്പോഴാ മനസ്സിലായത്. എന്തായാലും എനിക്ക് സന്തോഷമായിട്ടോ! അപ്പോ ഇന്നെന്താ സപ്പറിന്? പതിവു പോലെ ടോസ്റ്റഡ് ബ്രഡ് ആന്റ് ഓംലെറ്റ്. ഓകെ".

"താൻ എന്നെ ഒരുപാട് ബുദ്ധിമുട്ടിച്ചു കേട്ടോ. തനിക്കറിയില്ലേ, തന്റെ ടക്, ടക് ഒച്ച കേട്ടില്ലെങ്കിൽ എന്റെ ഉറക്കം ശരിയാകില്ലെന്ന് ?" മുട്ട പൊട്ടിച്ച് ഫ്രയിംഗ് പാനിലേയ്ക്ക് ഒഴിച്ചു. ഒ ഓ........തന്നോട് സംസാരിക്കുന്നതിനിടയിൽ ഒരു കാര്യം മറന്ന് പോയെടോ. ഒരു കാര്യം ചെയ്യാം നമുക്കിന്ന് ഓംലെറ്റിനു പകരം ബുൾസൈ ആക്കാം."

രാത്രി ഉറങ്ങാൻ കിടക്കുമ്പോൾ ആ സ്വരം എന്റെ കാതിൽ വീഴുന്നുണ്ടായിരുന്നു. "ടക്, ടക്, ടക്, ടക് ..... " അത് വല്ലാത്ത സുഖമുള്ള ഒരു ശബ്ദമാണ്. ഗൃഹാതുരത്വം. തറവാട്ടിലെ മുത്തശ്ശൻ ക്ലോക്കിന്റെ ഒച്ച കേട്ടുറങ്ങിയ ബാല്യം, പഴയ സീലിംഗ് ഫാനിന്റെ കരകര ശബ്ദം. അതൊക്കെ വല്ലാത്ത സുഖമുള്ള ഓർമ്മകളാണ്. നാട്ടിലെ ക്ലോക്ക് ജർമ്മൻ മെയ്ഡാണ്. അത് അടുത്തകാലത്ത് കേടായീന്ന് അമ്മ എഴുതിയിരുന്നു. നന്നാക്കാൻ അവിടെ ആർക്കും അറിയില്ലത്രേ. പുതിയ നാഴിക മണി വൈദ്യന്മാർക്കൊന്നും വൈൻഡിംഗ് ക്ലോക്കുകൾ നന്നാക്കാനാറിയില്ല. എല്ലാപേരും ഓട്ടോമാറ്റിക് വാച്ചുകളും ക്ലോക്കുകളും മാത്രം നന്നാക്കാനറിയുന്നവർ. പഴയ മെക്കാനിക്കുകൾ ആർക്കെങ്കിലും അറിയാമായിരിക്കും. നാട്ടിൽ ചെന്നാൽ ഉടൻ അത് ശരിയാക്കാൻ ആളെ തപ്പണം. ചിന്തിച്ചു കിടന്ന് എപ്പോഴോ ഉറങ്ങി. എന്റെ ചങ്ങാതി വാക്ക് പാലിച്ചു. കൃത്യസമയത്ത് മണിയടിച്ചു. കോട്ടുവായിട്ട് മൂരി നിവർത്തു.

" Thanks my dear and good morning" ബിഗ് ബെന്നിന്റെ ഒച്ച. ചാടി എഴുന്നേറ്റ് ജനാലയിലൂടെ നോക്കി. " Yes he is there ! my god it his routine" മണിമുഴക്കം കഴിഞ്ഞ് പുള്ളി നടന്നു പോയി. എനിക്ക് അത്ഭുതം അടക്കാനായില്ല.

" Jack , I saw him today also" ഓഫീസിൽ ചെന്നപ്പോൾ ജാക്കിനെ കണ്ടപാടെ ഞാൻ വിളിച്ചു കൂവി. " Man once he may be a genious otherwise he may be crazy. Why are you too much interested on him" ജാക്ക് ഒരു മുന്നറിയിപ്പ് ദ്യോതിപ്പിക്കുന്ന സ്വരത്തിൽപ്പറഞ്ഞു. അകന്ന് നിൽക്കണം എന്നൊരു ഉപദേശവും അതിൽ അന്തർലീനമായിരുന്നു." I don't know Jack, but every day he is increasing my curiosity".

അന്ന് വർക്ക് കുറവായിരുന്നു. ഞാൻ നേരത്തേ വീട്ടിലേയ്ക്കു പോയി. "Hay good after noon my friend. I came back early". ഫ്രിഡ്ജ് തുറന്ന് ഒരു ബിയർ എടുത്ത് പൊട്ടിച്ച് ഫ്രണ്ടിനു ചിയേഴ്സ് പറഞ്ഞു. ജനാലയ്ക്കൽ ചെന്ന് അതും നുണഞ്ഞ് താഴെ തെരുവിലേയ്ക്ക് നോക്കി നിന്നു. ആൾക്കാർ തിരക്കിട്ട് എങ്ങോട്ടെയ്ക്കെയോ പോയിക്കൊണ്ടിരുന്നു. ചില കുതിര വണ്ടി

കളും കാറുകളും പോകുന്നുണ്ട്. മഞ്ഞു വീഴാൻ തുടങ്ങിയിരുന്നില്ല. ബിഗ് ബെന്നിൽ മണി മുഴുങ്ങുന്നു. അറിയാതെ കണ്ണുകൾ അവിടെ താഴെ പരതി. അതെ, അയാളതാ താഴെയുണ്ട്. അതേ നീളൻ കോട്ടും തൊപ്പിയും വച്ച്. അതുശരി അപ്പോൾ എപ്പോ മണി മുഴങ്ങിയാലും പുള്ളി അതിനു താഴെയുണ്ട്. ഇതെന്താണിങ്ങനെ? എങ്കിൽ നാളെ മുഴുവൻ ഓഫീസിൽ പോകാതിരുന്ന് നിരീക്ഷിക്കുക തന്നെ.

പതിവുപോലൊരു പ്രഭാതം. അന്ന് ഓഫീസിൽ പോയില്ല. ആകാംക്ഷയോടെ പ്രതീക്ഷയോടെ കാത്തിരുന്നു. രാവിലെ മണി മുഴങ്ങുമ്പോൾ അയാളുണ്ടായിരുന്നു. പിന്നെ ഓരോ മണിക്കൂർ ഇടവിട്ടു മണി മുഴങ്ങുമ്പോഴെല്ലാം അയാൾ അതിനു ചുവട്ടിലുണ്ട്. ഞാൻ തീരുമാനിച്ചു. ഇതെന്തായാലും എന്തിനാണെന്നറിയണം. വൈകുന്നേരമാവട്ടെ.

വൈകുന്നേരം ഞാൻ നേരത്തേ താഴെ ഇറങ്ങി നിന്നു. ആറു മണിക്ക് മണി അടിക്കുമ്പോൾ പുള്ളിക്കാരൻ പതിവുപോലെ അവിടെ വന്നു നിന്നു. ഞാൻ ഓടിച്ചെന്ന് ചോദിച്ചു. ഹേയ്, ഞാൻ പതിവായി കാണുന്നു. എപ്പോഴും മണി മുഴങ്ങുമ്പോൾ നിങ്ങൾ ഇതിനു താഴെ ഉണ്ടല്ലോ ? ഈ മഞ്ഞുകാലത്തും ? എന്താ കാരണം ?

അയാൾ ആ ചോദ്യം കേട്ടതായിപ്പോലും ഭാവിച്ചില്ല. അയാളുടെ മുഴുവൻ ശ്രദ്ധയും ആ മണിയിലായിരുന്നു. മണിമുഴക്കം കഴിഞ്ഞ് അയാൾ മുഖം തിരിച്ച് എന്നെ നോക്കി, ആഴമുള്ളതെങ്കിലും തിളക്കമറ്റ കണ്ണുകൾ, തടിച്ചു തുടങ്ങിയ കൺതടങ്ങൾ, നിരയില്ലാതെ വളർന്ന ശ്മശ്രുക്കൾ, പഴകിയൊരു കോട്ടും തൊപ്പിയും ധരിച്ചിരുന്നു. ആരെ നിരാശ ബാധിച്ച ഒരു രൂപം. അയാൾ എന്റെ മുഖത്തേയ്ക്ക് നോക്കി നിന്നതല്ലാതെ ഒന്നും മിണ്ടിയില്ല. പതിയെ തിരിഞ്ഞ് നടന്നു തുടങ്ങി.

" ഏയ്, നിങ്ങളെന്താണ് ഒന്നും മിണ്ടാത്തത് ? എന്തിനാണ് നിങ്ങൾ എന്നും മണിമുഴങ്ങുന്നത് നോക്കി നിൽക്കുന്നത് ?".

ഞാൻ പുറകെ ചെന്നു. രണ്ടു മൂന്നാവർത്തി ചോദിച്ചിട്ടും അയാളൊന്നു തിരിഞ്ഞുനോക്കുക പോലും ചെയ്തില്ല. ഞാൻ

വിടാൻ ഭാവമില്ലായിരുന്നു. ഒടുവിൽ അയാൾ എന്റെ നേരെ തിരി ഞ്ഞു. "നിങ്ങൾക്ക് ഓമനയായ ഒരു മകളുണ്ടോ ? ഒരു കുസൃതി ക്കുരുന്ന്" ?

എനിക്ക് ഒന്നും മനസ്സിലായില്ല. എന്റെ അമ്പരപ്പ് ശ്രദ്ധി ക്കാതെ അയാൾ നടന്നു നീങ്ങി. ഞാൻ ചിന്താധീനനായി നേരെ മുറിയിലേയ്ക്കും. ഇനി ഇയാൾ ജാക്ക് പറഞ്ഞതുപോലെ ഭ്രാന്തനോ മറ്റോ ആണോ. അയാളുടെ രൂപഭാവങ്ങൾ അത് ശരിവ യ്ക്കുന്നുമുണ്ട്. എന്തായാലും ഇന്നത്തെ ദിനം ലീവെടുത്തത് വെറുതെയായി. ഇതിന്റെ കാരണം കണ്ടുപിടിച്ചശേഷമേ ഇനി ഓഫീസിലേയ്ക്കുള്ളൂ. അല്ലെങ്കിൽ മനസമാധാനത്തോടെ പണി യെടുക്കാനാകില്ല.

മുറിയിലിരുന്ന് ചിന്തിച്ചിട്ടും ഒരു ഊഹവും കിട്ടിയില്ല. മകളും മണിയും തമ്മിലെന്ത് ബന്ധം ? എന്റെ ഘടികാരത്തിന്റെ ഹൃദയമിടിപ്പു മാത്രം, മുറിയിലെ നിശബ്ദതയെ ഭഞ്ജിച്ചുകൊ ണ്ടിരുന്നു. എന്തായാലും അത് അറിഞ്ഞിട്ടുതന്നെ കാര്യം ഞാൻ ഉറപ്പിച്ചു.

പിറ്റേന്ന് ഞാൻ അയാളുടെ പിന്നാലെ കൂടി..... മണിയുടെ ചുവട്ടിൽ നിന്ന് അയാൾ നേരെ പോകുന്നത് ഒരു കോണിപ്പടി യുടെ ചുവട്ടിലേയ്ക്കാണ്. ഒരു മദ്യശാലയുടെ കോണിപ്പടിച്ചുവട്. അവിടെ ഒരു വയലിനും മീട്ടി അയാളിരുന്നു. കുറച്ചു ശ്രോതാ ക്കളും അതിലൊരാളായി ഞാനും കൂടി. അയാൾ നന്നായി വയ ലിൻ വായിക്കുന്നുണ്ട്. നൊമ്പരപ്പെടുത്തുന്ന കുറേ രാഗ ങ്ങൾക്കുശേഷം അയാൾ തന്റെ തൊപ്പിയെടുത്ത് ആൾക്കാരുടെ നേരെ നീട്ടി. അതിലേയ്ക്ക് നാണയത്തുട്ടുകൾ വീണുകൊണ്ടിരു ന്നു. അയാൾ ആ നാണയങ്ങളുമെടുത്ത് നേരെ മദ്യശാലക്കുള്ളിൽ കയറിപ്പോയി. ഞാൻ പതിവായി അവിടെ വയലിൻ വായന കേൾക്കാൻ പോയി. എന്നും മുടങ്ങാതെ നാണയങ്ങൾ തൊപ്പി യിൽ നിക്ഷേപിച്ചുകൊണ്ടിരുന്നു. പതിയെ ആ മനുഷ്യൻ എന്നെ ശ്രദ്ധിച്ചു തുടങ്ങി. വൈകാതെ ചങ്ങാത്തത്തിലുമായി.

ഇപ്പോൾ ഞങ്ങൾ പതിവായി സംസാരിക്കാറുണ്ട്. പല വിഷ യങ്ങൾ. ഞാൻ പതിവായി ചോദിക്കാറുണ്ടെങ്കിലും അയാൾ ആ

മണി നോക്കി നിൽക്കുന്നത് എന്തിനാണെന്ന് എന്നോട് വെളിപ്പെ
ടുത്തിയില്ല.

ഒരു ദിവസം ദൂരെ അകന്നുപോകുന്ന ഒരു കപ്പൽ നോക്കി
അയാൾ എന്നോട് പറഞ്ഞു. "കുറേക്കാലം ഞാൻ ഒരു കപ്പലിലെ
ഉദ്യോഗസ്ഥനായിരുന്നു. നിങ്ങൾ എപ്പോഴും എന്നോട് ചോദിക്കാ
റില്ലേ, ഞാൻ എന്തിനാണ് മണിമുഴങ്ങുന്നത് നോക്കി നിൽക്കുന്ന
തെന്ന് ? സത്യത്തിൽ ഇന്ന് ഞാൻ ജീവിച്ചിരിക്കുന്നത് തന്നെ ആ
മണി മുഴങ്ങുന്നത് കാണുന്നതിന് വേണ്ടിയാണ്. എനിക്ക് ഒരു
മകൾ മാത്രമേ ഉണ്ടായിരുന്നുള്ളൂ. നാലു വയസ്സുകാരി കുസൃതി.
അയാൾ ദൂരേയ്ക്ക് നോക്കി കുറച്ചു നേരം മൗനത്തിൽ ആണ്ടുനി
ന്നു. മുഖം തിരിച്ച് എന്നെ നോക്കി തുടർന്നു. " അവളുടെ അമ്മ
വളരെ ചെറുപ്പത്തിലേ മരിച്ചു പോയി. പിന്നെ വളരെ ഓമനിച്ചാണ്
ഞാൻ അവളെ വളർത്തിയിരുന്നത്. ഒരു ഗ്രാമത്തിലായിരുന്നു
ഞങ്ങളുടെ വീട്. കുഞ്ഞിന്റെ കാര്യങ്ങൾ നോക്കാൻ ഒരു ആയ
യെയും നിയമിച്ചിരുന്നു. ഞാൻ കപ്പലിൽ നിന്നും ഇടയ്ക്കെപ്പോ
ഴെങ്കിലും കിട്ടുന്ന അവധിക്ക് വീട്ടിലെത്തും. യാത്ര ചെയ്ത
നാട്ടിലെ വിശേഷങ്ങൾ അവൾക്ക് പറഞ്ഞുകൊടുക്കും. പല
സ്ഥലങ്ങളിലെ കളിക്കോപ്പുകളും പാവകളും ഞാൻ എന്റെ
കുഞ്ഞിന് കൊണ്ടു കൊടുക്കുമായിരുന്നു. ഒരിക്കൽ ഈ ബിഗ്
ബെന്നിന്റെ ഒരു കുഞ്ഞു പതിപ്പ് ഞാൻ അവൾക്കു കൊണ്ടു
കൊടുത്തു. ഈ ഭീമൻ മണിയെക്കുറിച്ചുള്ള എല്ലാ വിശേഷങ്ങളും
പറഞ്ഞുകൊടുത്തു. അത് ആ കുഞ്ഞു മനസ്സിൽ, വളർത്തിയ
ജിജ്ഞാസ എത്രയാണെന്ന് ഞാൻ അറിഞ്ഞില്ല. അതായിരുന്നു
എനിക്കു പറ്റിയ തെറ്റ്. അവൾക്ക് ബിഗ് ബെന്നിൽ മണി മുഴങ്ങു
ന്നത് കാണണമത്രേ. അവളുടെ ഏത് ആഗ്രഹവും സാധി
ച്ചുകൊടുത്തിരുന്ന ഞാൻ ഈ കുഞ്ഞ് ആഗ്രഹം മാത്രം ഗൗരവ
മായി എടുത്തില്ല. പിന്നൊരിക്കലാകട്ടെ എന്നുവച്ചു. ഒരു മില്യണ
റാകുക എന്നതായിരുന്നു എന്റെ ലക്ഷ്യം. മറ്റെല്ലാ പേരെയും
പോലെത്തന്നെ. പണമുണ്ടാക്കുക. പക്ഷേ നമ്മൾ ശ്രദ്ധിക്കേണ്ട
ഒന്നുണ്ട്. നമ്മുടെ കുഞ്ഞുങ്ങൾ ആഗ്രഹിക്കുന്നത് സാധിച്ചുകൊ
ടുത്തില്ലെങ്കിൽ അത് പിന്നൊരിക്കലും സാധിച്ചുകൊടുക്കാൻ പറ്റി
യില്ലെന്ന് വരും. എത്ര പണമുണ്ടാക്കിയിട്ടും ഒരു കാര്യവുമില്ലാത്ത

അവസ്ഥ വരും. എന്റെ കുഞ്ഞ് ബിഗ് ബെന്നിനെക്കുറിച്ചുള്ള കഥകൾ ആ ഗ്രാമത്തിലെ പൂവിനോടും, പുഴയോടും, പൂമ്പാറ്റയോടും പാടി നടന്നു. അടുത്ത തവണ പപ്പ വരുമ്പോൾ ഞാൻ അതു കാണാൻ പോകുമെന്നവൾ അവയോട് പറഞ്ഞുകൊണ്ടേയിരുന്നു. പക്ഷേ നിർഭാഗ്യകരം അത് എനിക്കൊരിക്കലും സാധിച്ചില്ല". ഒരു ദിവസം എനിക്ക് കപ്പലിൽ വച്ച് വല്ലാത്ത ഒരു അസ്വസ്ഥത തോന്നി. എന്തോ അത്യാഹിതം സംഭവിക്കാൻ പോകുന്നതുപോലെ. ഞാൻ ഏറ്റവും അടുത്ത തുറമുഖത്തിറങ്ങി. നേരെ എന്റെ ഗ്രാമത്തിലേയ്ക്കു തിരിച്ചു. അത് ഒരു മഞ്ഞുകാലമായിരുന്നു. എന്റെ വീട്ടിലെത്തിയപ്പോൾ ഞാൻ കണ്ട കാഴ്ച .... എന്റെ ഓമന മകൾ ന്യുമോണിയ ബാധിച്ച് അത്യാസന്നനിലയിൽ. എന്തു ചെയ്യണമെന്ന് അറിയാത്ത അവസ്ഥയിലുള്ള ആയയും. ഞാൻ ഓടിച്ചെന്ന് എന്റെ കുരുന്നിനെ വാരിയെടുത്തു. വാടിയ ഒരു വള്ളി പോലെ അവൾ എന്റെ കയ്യിൽ കുഴഞ്ഞു കിടന്നു. അവൾ തളർന്ന കൺപോളകൾ പകുതി തുറന്ന് അർദ്ധ ബോധാവസ്ഥയിൽ എന്നവണ്ണം മന്ത്രിച്ചു. "പപ്പാ .... പപ്പാ .... എനിക്ക് ബിഗ് ബെന്നിൽ മണി മുഴങ്ങുന്നത് കാണണം പപ്പാ...... നമുക്ക് അതു കാണാൻ പോകാം പപ്പാ....... പ്ലീസ്........ പപ്പാ അവളുടെ സ്വരം നേർത്തു നേർത്തു വന്നു. പിന്നൊന്നും എന്റെ കുഞ്ഞ് മിണ്ടിയില്ല. ആ കുഞ്ഞു കണ്ണുകൾ എന്നന്നേയ്ക്കുമായി അടഞ്ഞു."

"അതിനുശേഷം ഞാൻ എല്ലാം ഉപേക്ഷിച്ച് ഇങ്ങോട്ടു പുറപ്പെട്ടു. എന്റെ ശേഷിച്ച ജീവിതം മുഴുവൻ ഈ ബിഗ് ബെന്നിൽ മണിമുഴങ്ങുന്നതു കാണുന്നതിനുവേണ്ടിയാണ്. അന്നന്നത്തെ ചിലവിനുള്ളത് ഈ വയലിൻ തരുന്നു. എന്റെ മകളുടെ ആഗ്രഹം എന്നിലൂടെ നിറവേറ്റുക. അതാണെന്റെ ലക്ഷ്യം."

എല്ലാം അറിഞ്ഞു കഴിഞ്ഞപ്പോൾ ഒന്നും അറിയേണ്ടിയിരുന്നില്ലെന്ന് എനിക്കു തോന്നി. വളരെ കനം വച്ച മനസ്സുമായി ഞാൻ മുറിയിലേയ്ക്കു മടങ്ങി.

മഞ്ഞുകാലം കനത്തു. ഒരുനാൾ ബിഗ് ബെന്നിൽ മണിമുഴങ്ങുമ്പോൾ ഞാൻ താഴേയ്ക്കു നോക്കി. എന്തത്ഭുതം! താഴെ അയാളില്ല! വല്ലാത്ത ഒരസ്വസ്ഥത എന്നിൽ പെരുത്തു കയറി.

നേരെ താഴേയ്ക്ക് ഓടി. അവിടെയെങ്ങും പരതി. ഇല്ല ആ മനുഷ്യനെ കാണുന്നേയില്ല. നേരെ ബാറിനു ചുവട്ടിലുള്ള കോണിപ്പടിച്ചുവട്ടിലേയ്ക്കോടി. അവിടെ നാലഞ്ചാളുകൾ കൂടി നിൽക്കുന്നുണ്ട്. ഞാൻ അതിനുള്ളിലേയ്ക്ക് തിക്കിത്തിരക്കിക്കയറി. താഴെ കമ്പി പൊട്ടിയ വയലിൻ അലസമായി കിടക്കുന്നു. ഏതാനും നാണയത്തുട്ടുകൾ തൊപ്പിയിലും പകുതി നിലത്തുമായി ചിതറിക്കിടപ്പുണ്ട്. അതിനു പിന്നിലായി ആ മനുഷ്യൻ മരിച്ച് മരവിച്ച് കിടക്കുന്നു. ഉറുമ്പരിച്ചു നടക്കുന്ന അടഞ്ഞ കൺപോളകൾ. എന്റെ മനസ്സിൽ ഏതൊക്കെയോ വികാരങ്ങൾ കലങ്ങി മറിഞ്ഞു. അവയുടെ നീറ്റൽ കണ്ണുകളോളമെത്തി. ആളുകൾ അടക്കം പറയുന്നത് പകുതി കേട്ടു. "ന്യുമോണിയ ആയിരുന്നു".

ഞാൻ പതിയെ പിന്തിരിഞ്ഞു. തല കുമ്പിട്ട് മുറിയിലേയ്ക്ക് നടക്കുമ്പോൾ ബിഗ് ബെൻ മണിമുഴക്കിത്തീർന്നിരുന്നില്ല. ഞാൻ അതിലേയ്ക്ക് ഉറ്റുനോക്കി അങ്ങനെ നിന്നു. വഴിയേ കുതിരവണ്ടി ഓടിച്ചുവന്ന ഒരാൾ എന്നോട് ചോദിച്ചു. " ഈ കടുത്ത മഞ്ഞത്ത് എന്തിനാ നിൽക്കുന്നത്?" മണിമുഴക്കം നിലയ്ക്കുന്നതുവരെ എനിക്ക് കണ്ണെടുക്കാൻ തോന്നിയില്ല. അയാൾ അപ്പോഴും എന്റെ ചോദ്യത്തിനുത്തരവും കാത്ത് നിൽക്കുകയാണ്. ഞാൻ നിർവ്വികാരനായി അയാളുടെ മുഖത്തേയ്ക്ക് കുറേനേരം സൂക്ഷിച്ചു നോക്കി. പിന്നെ പതിയെ ചോദിച്ചു. "നിങ്ങൾക്ക് ഓമനയായ ഒരു മകളുണ്ടോ ? ഒരു കുസൃതിക്കുരുന്ന് ?"

ആശ്ചര്യം നിറഞ്ഞ അയാളുടെ മുഖത്തുണ്ടായ വിവിധ ഭാവങ്ങൾ വകവയ്ക്കാതെ ഞാൻ തിരിഞ്ഞു നടന്നു. ഭാരമൊഴിഞ്ഞ മനസ്സുമായി എന്റെ മുറിയിലേയ്ക്ക്....

✡✡✡✡

എന്റെ വീട്ടിലെ പൂച്ചകൾ

പേര്	:	പൂച്ച അഥവാ മാർജ്ജാരൻ
കിംഗ്ഡം	:	അനിമാലിയ
ഫൈലം	:	കോർഡാറ്റാ
ക്ലാസ്	:	മമ്മാലിയ
ഓർഡർ	:	കാർണിവോറ
ഫാമിലി	:	ഫെലിഡെയ്.
ആഹാരം	:	എലി, തുരപ്പൻ, ചെറിയ പക്ഷികൾ, തവള, പല്ലി, ഓന്ത്, മറ്റു ചെറിയ ജന്തുക്കൾ, പ്രാണികൾ, പാൽ, മീൻ ...
വാസസ്ഥലം	:	വീടുകൾ, കാടുകൾ.

മേൽ പ്രസ്താവിച്ചത് നമ്മുടെ വീടുകളിൽ കഴിഞ്ഞുകൂടുന്ന പൂച്ച അഥവാ മാർജ്ജാരൻ എന്ന വൃത്തികെട്ട ജന്തുവിനെക്കുറിച്ചുള്ള ജീവശാസ്ത്ര വിവരണമാണ്. 'വൃത്തികെട്ട ജന്തു' എന്നു വിളിച്ചതിന് ഈ അണ്ഡകഠാഹത്തിലെ മുഴുവൻ സ്ത്രീ ജനങ്ങളും എന്നോട് ക്ഷമിക്കട്ടെ. കാരണം നാരീമണികളുടെ ഓമന മൃഗമാണല്ലോ ഇഷ്ടൻ. പക്ഷേ എന്തു ചെയ്യും. എനിക്ക് ഈ ജന്തുവിനെ കണ്ണിനെതിരെ കാണുന്നതുപോലും ചതുർത്ഥിയാണ്.

യഥാർത്ഥത്തിൽ നാമിന്നുകാണുന്ന നക്കിത്തുടച്ചു മിനുക്കി സിംപളന്മാരായി നടക്കുന്ന മാർജ്ജാരന്മാർ വന്യജീവികളാണ്. എല്ലാ വന്യതകളോടും കൂടിയ ക്രൂരമൃഗം. എന്നുമുതലാണ് അവ സൗഹൃദത്തിന്റെ മുഖം മൂടി എടുത്തണിഞ്ഞത്. ഏകദേശം ക്രിസ്തുവിനും മുമ്പ് ആയിരത്തി അഞ്ഞൂറാം ആണ്ടു മുതൽക്കാണെന്ന് കരുതപ്പെടുന്നു. പുരാതന ഈജിപ്തിലെ സ്ത്രീകളാണ് അവ

ന്മാരെ ഓമനകളാക്കി കൂടെ കൂട്ടിയത്. അവ തന്ത്രപൂർവ്വം ഉന്നം വച്ചത് മഹിളകളെ ആയിരുന്നു. കാരണം മയക്കിയെടുത്താൽ എളുപ്പത്തിൽ മനസ്സലയിയുന്ന കൂട്ടരാണല്ലോ അഖിലലോക നാരീ മണികളും. സംശയമുണ്ടെങ്കിൽ ഒന്നു നിരീക്ഷിച്ചുനോക്കൂ. പൂച്ചക ളെല്ലാം സ്ത്രീകളുടെ കൂട്ടുകാരാണ്. പുരുഷന്റെ ചങ്ങാതിമാർ നായ്ക്കളാണ്. നന്ദിയുള്ള മൃഗങ്ങളാണ് നായ്ക്കൾ. ഒരുപാട് ഉപ കാരവുമുണ്ട്. വീടിന് കാവൽ നിൽക്കും. പരിശീലിപ്പിച്ചാൽ മറ്റുപല പണികളും ചെയ്യും. രാവിലെ പത്രം എടുത്തുകൊണ്ടുവരും, വയ സ്സായവരുണ്ടെങ്കിൽ അവരുടെ കണ്ണട, തൊപ്പി എന്നിവ എടുത്തു കൊണ്ടു വരും. എടുത്തെറിയുന്ന ബോളോ, ഫ്ളയിംഗ് സോസറോ എടുത്തുകൊണ്ടു വരും. വിദേശങ്ങളിൽ അന്ധർക്ക് വഴികാട്ടി വരെ ആകാറുണ്ട്. യജമാനനെ ആരെങ്കിലും ഉപദ്രവിച്ചാൽ പിന്നെ ആക്രമിയുടെ പൊടി പോലും വച്ചേക്കില്ല. പോരെങ്കിൽ വാലാട്ടി നന്ദിയും പ്രകടിപ്പിക്കും. കള്ളനെയും കൊലപാതികളെയും പിടി ക്കുന്ന പോലീസ് പണി വരെ ചെയ്യും. നായ പോലീസാണെങ്കിൽ പൂച്ച കള്ളനാണ്. അടുക്കളക്കള്ളൻ. അടുക്കളയിലെ പാൽ, മീൻ, മറ്റ് ആഹാര സാധനങ്ങൾ എന്നിവ കട്ട് മുടിക്കും.എന്നാൽ പൂച്ച തി ന്നു മുടിപ്പിക്കാനല്ലാതെ ഒരുപകാരവും ഇല്ലെന്നു മാത്രമല്ല ഉപദ്രവ ങ്ങൾ ഏറെയുണ്ടുതാനും. വീട്ടിനുള്ളിലും മറ്റും രോമം പൊഴിച്ചി ടും. എലിയെപ്പിടിക്കും എന്നാണ് ചിലർ പറയുന്ന ന്യായം. എന്നാൽ അത് തെറ്റാണ്. അതിന് ആഹാരത്തിനുവേണ്ടിയാണ് പൂച്ച എലിയെ പിടിക്കുന്നത്. അല്ലാതെ മനുഷ്യന് ഉപകാരത്തിന ല്ല. അതിന് വിശപ്പില്ലെങ്കിൽ എലിയെ ഗൗനിക്കാറേയില്ല. പോരാ ത്തതിന് കുഴിമടിയന്മാരുമാണ്. ഇരുപത്തിനാല് മണിക്കൂറും ഉറക്കം തന്നെ ഉറക്കം. വാലാട്ടുന്നത് നന്ദി പ്രകടിപ്പിക്കാനല്ല, മറിച്ച് ആക്രമിക്കാൻ തയ്യാറെടുക്കുമ്പോഴാണ്. കുളിപ്പിക്കാൻ ശ്രമിച്ചാൽ എന്തുകൊണ്ടാണ് പൂച്ച സമ്മതിക്കാത്തത്. വന്യതയുടെ മുകളിൽ അത് എടുത്തണിഞ്ഞിരിക്കുന്ന സൗഹൃദത്തിന്റെ മുഖം മൂടി അലി ഞ്ഞുപോകും എന്ന് കരുതിയിട്ടല്ലേ ? സംശയിക്കേണ്ടിയിരിക്കു ന്നു.

എനിക്ക് പണ്ടേ പൂച്ചകളെ വെറുപ്പാണ്. വെറുപ്പാണ് എന്നു പറയുന്നതിനേക്കാൾ യോജിക്കുക പേടിയാണ് എന്നു പറയുന്ന താവും. ഒരിക്കൽ, കുഞ്ഞായിരിക്കുമ്പോൾ ഒരു പൂച്ചയുടെ വാലിൽ പിടിച്ച എന്നെ പൂച്ച നിഷ്കരുണം മാന്തിപ്പൊളിച്ചു. ഒരു കുഞ്ഞാ-

ണെന്ന പരിഗണന പോലുമില്ലാതെ. അന്നുമുതൽ തുടങ്ങിയ പേടിയാണ്. ആവശ്യം വരുമ്പോൾ പുറത്തേയ്ക്കു നീട്ടാവുന്ന വിധത്തിൽ പാദങ്ങൾക്കുള്ളിൽ ഒളിപ്പിച്ചുവച്ചിരിക്കുന്ന കൂർത്തു വളഞ്ഞ നഖങ്ങൾ ഞാനിന്നും ഭയക്കുന്നു. എല്ലാ കുഞ്ഞുങ്ങളും സാധാരണ രാത്രി പട്ടികടിക്കാനോടിക്കുന്നതായി സ്വപ്നം കണ്ട് പേടിച്ച് കരയാറുണ്ട്. എന്നാൽ എന്റെ അനുഭവം കേട്ടാൽ എല്ലാ പേരും ചിരിക്കും. പൂച്ച മാന്താനോടിക്കുന്നതായി സ്വപ്നം കണ്ടാണ് ഞാനെപ്പോഴും കരഞ്ഞിരുന്നത്. പട്ടികളെ ഞാൻ പേടിച്ചിട്ടേയില്ല ഒരിക്കലും. മറിച്ച് ഇഷ്ടവുമായിരുന്നു. ആ ഇഷ്ടമുണ്ടായത് പൂച്ചകളുടെ ബന്ധശത്രുക്കളാണല്ലോ പട്ടികൾ എന്ന ചിന്തയിലാണ്. പട്ടികളുടെ നിഴൽവെട്ടത്തുപോലും പൂച്ചകൾ വരില്ല. പട്ടിയെക്കണ്ടാൽ പറപറക്കും. പൂച്ചകൾ കള്ളന്മാരാണെന്നു കരുതാൻ അതും ഒരു കാരണമാണ്. കള്ളന്മാർക്കാണല്ലോ പട്ടികളെ ഏറ്റവും പേടി. പൂച്ചകളെ പേടിപ്പിക്കുന്ന പട്ടികളിൽ ഞാനങ്ങനെ സംരക്ഷണം കണ്ടെത്തി.

എന്റെ ശൈശവത്തിൽ ഞങ്ങളുടെ വീട്ടിൽ പൂച്ചകളുണ്ടായിരുന്നില്ല. പക്ഷേ അയൽ വീടുകളിലെല്ലാം പൂച്ചകൾ ഉണ്ട്. ഒരുനാൾ തൊട്ടടുത്ത വീട്ടിലെ പൂച്ച പ്രസവിച്ചപ്പോൾ നാലു കുഞ്ഞുങ്ങളുണ്ടായിരുന്നു. അതിലൊന്നിനെ അമ്മ എടുത്ത് വീട്ടിൽ കൊണ്ടുവന്നു. അങ്ങനെ ആയിരുന്നു പൂച്ചകളുടെ എന്റെ വീട്ടിലെ അരങ്ങേറ്റം. ആവശ്യക്കാർ എടുത്തുകൊണ്ടുപോയിട്ട് ബാക്കി വന്ന കുഞ്ഞുങ്ങളെ ആ വീട്ടുകാർ ചാക്കിൽ കെട്ടിക്കൊണ്ടുപോയി കളഞ്ഞു. പൂച്ചകളെ ഉപേക്ഷിക്കുകയാണെങ്കിൽ കുഞ്ഞായിരിക്കുമ്പോഴേ കളയണം. അല്ലെങ്കിൽ എത്ര ദൂരെ കൊണ്ടുപോയി കളഞ്ഞാലും അവ വീട്ടിൽ തിരിച്ചെത്തും.

എന്റെ വീട്ടിലെ പൂച്ചക്കുഞ്ഞ് രാജവാഴ്ചയായിരുന്നു. പാലും മീനും തിന്ന് അവൾ തടിച്ചുകൊഴുത്തു വളർന്നു. അത് ഒരു പെൺപൂച്ചയായിരുന്നു. ചിന്നമ്മു എന്ന് അമ്മ അതിനു പേര് വിളിച്ചു. വെളുത്ത നിറത്തിൽ അങ്ങിങ്ങ് കറുത്തപുള്ളികൾ. അമ്മ അതിന് ഒരു ചുമന്ന പൊട്ടും തൊടുവിച്ചിരുന്നു. വെളുത്ത നെറ്റിയിൽ ചുമന്ന പൊട്ടുംതൊട്ട് എപ്പോഴും നക്കിത്തുടച്ചു ദേഹം

മിനുക്കി സുന്ദരിയായി അവളങ്ങനെ എന്റെ വീട്ടിൽ മദിച്ചു നടന്നു. ചിന്നമ്മൂവിൽ നിന്നാണ് എനിക്ക് പൂച്ചപ്പേടി കിട്ടിയത്. ഒരുനാൾ എന്റെ കാലിൽ വന്ന് മുതുകുരുമ്മി നിന്ന അവളുടെ വാൽ കുത്തനെ എഴുന്ന് നിന്നിരുന്നു. ഞാൻ ആ വാൽ പിടിച്ച് വലിച്ചു. അപ്പോൾത്തന്നെ പാദത്തിലൊളിപ്പിച്ചു നടന്നിരുന്ന ആ രഹസ്യാ യുധം, നഖങ്ങൾ പുറത്തേയ്ക്ക് നീട്ടി എന്റെ കൈ മാന്തിപ്പൊളിച്ചു. എന്നെ ഏറെ വിഷമിപ്പിച്ചത് പരാതിയുമായി അമ്മയുടെ അടുത്തു ചെന്നപ്പോൾ അമ്മ എന്റെ പരാതി തള്ളിക്കളഞ്ഞു എന്നതാണ്. ഒര ടിപോലും ചിന്നമ്മുവിന് കൊടുത്തില്ല. പൂച്ചയുടെ വാലിൽ പിടി ച്ചാൽ അതു മാന്തുമെന്ന് അറിയില്ലേ എന്ന ഉപദേശം മാത്രം കിട്ടി. കാരണം അമ്മയുടെ ഓമനയാണല്ലോ അവൾ. അമ്മ ഒരു സ്ത്രീ യല്ലേ. പൂച്ചകളും സ്ത്രീകളുമായുള്ള ശക്തമായ ബന്ധത്തിൽ എന്റെ പരാതി നിഷ്കരുണം തള്ളപ്പെട്ടു. അവൾ, ആ ദുഷ്ടയായ ചിന്നമ്മു എന്നെ നോക്കി ഒരു പുച്ഛഭാവത്തിൽ 'മ്യാവൂ' എന്നു വിളിച്ച് ഢംഭിൽ കടന്നുപോയി. അന്നു മുതൽ പൂച്ചകളോടുള്ള പ്രതികാരം എന്റെ മനസ്സിൽ തിളച്ചുകൊണ്ടിരുന്നു.

ഇതേ സമയം ചിന്നമ്മൂ അങ്ങനെ സുന്ദരി ചമഞ്ഞ് അയൽ വീടുകളിലെ കണ്ടന്മാരെ മയക്കി വിരാജിച്ചു നടക്കുകയായിരുന്നു. ആ മണ്ടന്മാർ അവളുടെ ഏതാജ്ഞയും ശിരസാവഹിക്കാൻ സദാ അവളെ ചുറ്റിപ്പറ്റി നടന്നു. അവളുടെ ഇഷ്ടത്തിനായി ഒരുനോട്ട ത്തിനായി അവന്മാർ തമ്മിൽ കടിപിടി കൂടി പരസ്പരം കീറി മുറിച്ചു. അങ്ങനെ തല്ലുകൂടി ജയിച്ച കണ്ടൻ അവളുടെ കാമുക നായി. അവർ എന്റെ വീട്ടിനുള്ളിലും പരിസരങ്ങളിലും മധുവിധു ആഘോഷിച്ചങ്ങനെ നടന്നു. യഥാകാലം ചിന്നമ്മു ഗർഭിണിയായി. അവൾ രണ്ട് കുഞ്ഞുങ്ങളെ പ്രസവിച്ചു. അമ്മയ്ക്ക് പറഞ്ഞറിയി ക്കാനാകാത്ത സന്തോഷം. അമ്മ അയൽവീടുകളിലെല്ലാം സ്വന്തം 'മകൾ' പ്രസവിച്ച വിവരം പറഞ്ഞുനടന്നു. എനിക്കാണെങ്കിൽ ആകെ അസ്വസ്ഥത. എന്റെ ശത്രുക്കളുടെ വംശം വർദ്ധിക്കുന്നത് അസഹിഷ്ണുതയോടെ ഞാൻ വീക്ഷിച്ചു. എന്നാൽ അത് അധിക കാലം നീണ്ടുനിന്നില്ല. പ്രസവിച്ച് ഒരുമാസം തികയുന്നതിനു മുമ്പ് തന്നെ ചിന്നമ്മു മരിച്ചു. ഓഹോ എനിക്ക് അത്രയും സമാധാന മായി. പക്ഷേ അമ്മ അന്നു കരഞ്ഞ കരച്ചിൽ, വീട്ടിലെ ആരോ മരി-

ച്ചതുപോലെയായിരുന്നു. അയൽക്കാരൊക്കെ അമ്മയെ ആശ്വസിപ്പിക്കാൻ വന്നു. കുഞ്ഞുങ്ങളുടെ ജാതകദോഷമായിരിക്കും ,ഞാനോർത്തു. ഇവറ്റകൾക്ക് ജാതകമെഴുതിയില്ലെങ്കിലും അതുണ്ടാവാതിരിക്കില്ലല്ലോ. മനുഷ്യർക്കുണ്ടാവുമെങ്കിൽ തീർച്ചയായും എല്ലാ ജീവികൾക്കുമുണ്ടാകും. കാരണം ഗ്രഹങ്ങളുടെ ആക്രമണവും അനുഗ്രഹങ്ങളും ഭൂഗോളത്തിലെ എല്ലാ ജീവജാലങ്ങളുടേയും മേൽ ഉണ്ടാകുമല്ലോ.

അമ്മയാണെങ്കിൽ ചിന്നമ്മുവിനുള്ള സ്നേഹവും കൂടി രണ്ടു കുഞ്ഞുങ്ങൾക്കുമായി പകർന്നു നൽകി. ചന്തയിൽ പോയി വരുമ്പോൾ അവറ്റകൾക്കുവേണ്ടി പ്രത്യേകം പൊടിമീൻ വാങ്ങിയിട്ടു വന്നു. അവ അതൊക്കെ തിന്ന് പാല് മോന്തിക്കുടിച്ച് വീട്ടിനുള്ളിലൊക്കെ കക്കിയും വിസർജ്ജിച്ചും നടന്നു. വീട്ടിനുള്ളിലെപ്പോഴും അവറ്റകളുടെ മ്യാവൂ....,മ്യാവൂ വിളികൾ മുഴങ്ങിക്കൊണ്ടേയിരുന്നു.

മുൻപ് ഞങ്ങൾ വീട്ടിൽ വളർത്തിയിരുന്ന കോഴികളിലൊന്നിനെ ഒരു രാത്രി കാണാനില്ലാതായി. രാത്രി കോഴികളുടെ കരച്ചിലും ബഹളവുമൊക്കെ ഉണ്ടായിരുന്നത്രേ. അമ്മ പറഞ്ഞു വള്ളിപ്പൂച്ച പിടിച്ചതാണെന്ന്. അന്നാദ്യമായാണ് അങ്ങനെ ഒരു ജീവിയെക്കുറിച്ച് ഞാൻ കേൾക്കുന്നത്. വള്ളിപ്പൂച്ച എന്നാൽ കാട്ടുപൂച്ച. അമ്മ വിശദീകരിച്ചു. പൂച്ച മുതിരുമ്പോൾ അതിന് നാട്ടിലെ ജീവിതം മടുക്കുമ്പോൾ കുളത്തിലോ തോട്ടിലോ മീശയുടെ വലിപ്പം നോക്കുമത്രേ. മീശ വളർന്നു വലിപ്പം വച്ചുവെന്ന് അതിന് ബോധ്യമായാൽ അത് പിന്നെ കാടു കയറും. അതോടെ അത് കാട്ടുപൂച്ചയാവും. കാട്ടിലെ വള്ളിപ്പടർപ്പുകളിലും പൊന്തക്കാടുകളിലും മാത്രമാണത്രേ അതിന്റെ താമസം. അതിനാൽ അതിനെ വള്ളിപ്പൂച്ച എന്നും വിളിക്കുന്നു. അതോടെ ആ ജീവി അതിത്രയും നാൾ നാട്ടിൽ കഴിഞ്ഞിരുന്നപ്പോൾ അണിഞ്ഞിരുന്ന സൗഹൃദത്തിന്റെ മുഖം മൂടി അഴിച്ചെറിഞ്ഞ് അതിന്റെ ജന്മസിദ്ധമായ ക്രൂരതയിലേയ്ക്ക് തിരിച്ചു പോകും. പിന്നെ കാട്ടിലാണ് അതിന്റെ വേട്ടയാടലും ജീവിതവും എല്ലാം. ഇടയ്ക്കിടയ്ക്ക് നാട്ടിലിറങ്ങി കോഴിയേയും മറ്റും പിടി കൂടും. തടയാൻ പോയാൽ മനുഷ്യനെപ്പോലും

ആക്രമിക്കാൻ അത് മടിക്കില്ലത്രേ. ചിന്നമ്മൂ ഉണ്ടായിരുന്നപ്പോൾ അവളെ എങ്ങനെയെങ്കിലും കാട്ടിൽ കയറ്റാൻ ഞാൻ പലപ്പോഴും ശ്രമിച്ചിട്ടുണ്ട്. അതോടെ എനിക്ക് സ്വസ്ഥത കിട്ടുമല്ലോ. എന്റെ വീട്ടിന്റെ പരിസരങ്ങളിലൊന്നും കുളമോ തോടോ ഇല്ലാത്തതിനാൽ ചിന്നമ്മുവിന് മീശ വളർന്നുവോ എന്ന് നോക്കാൻ കഴിയില്ലല്ലോ. ആകെയുള്ളത് ഒരു കിണറാണ്. അതിന്റെ പുറത്തെങ്ങാൻ അവൾ മീശ നോക്കാൻ ചാടിക്കേറിയാൽ കിണറ്റിൽ വീണു ചത്ത് നമ്മുടെ വെള്ളം കുടി മുട്ടിയാലോ അതുകൊണ്ട് ഞാൻ ചിന്നമ്മു വെറുതേ കിടക്കുമ്പോഴൊക്കെ വീട്ടിലെ മുഖക്കണ്ണാടി എടുത്ത് അവളുടെ മുന്നിൽ വച്ച് പ്രോത്സാഹിപ്പിക്കും.

"നോക്ക് നിന്റെ മീശയൊക്കെ നന്നായി വളർന്നു. നിനക്ക് ഇനി കാടു കയറിക്കൂടെ ?" ഇടയ്ക്കിടെ ഞാനിത് ആവർത്തിച്ച് കൊണ്ടിരുന്നു. അപ്പോഴാണ് ഒരിക്കൽ അമ്മ ഇതുകേട്ട് എന്നോട് പറഞ്ഞത്. എടാ, കണ്ടൻ പൂച്ചകൾ മാത്രമേ കാടു കയറൂ. ചിന്നമ്മൂ ചക്കിപ്പൂച്ചയല്ലേ." ഇതുകേട്ട് ഞാനാകെ ഹതാശനായി.

ചിന്നമ്മുവിന്റെ കുഞ്ഞുങ്ങളിൽ ഒന്നിന്റെ നിറം വെളുപ്പാണ്. അതിന്റെ ഒരു കാൽ കറുത്തതാണ്. മറ്റേത് ചാരനിറത്തിൽ വരയനും. വെളുപ്പിന്റെ പേര് ചിന്നൻ വരയൻ ചിണ്ടനും. അവയുടെ പേര് വിളിച്ചാൽ മതി ഓടി അടുത്തെത്തും. പിന്നെ എന്തെങ്കിലും തിന്നാൻ കൊടുക്കും വരെ വാലുയർത്തി മുതുകും കാലിലുരുമ്മി അങ്ങനെ നടക്കും. ഒരുനാൾ അമ്മ ചന്തയിൽ പോയ ദിവസം വീട്ടിൽ ഞാനും അനുജനും മാത്രം. എന്റെ പ്രതികാരം നിറവേറ്റാൻ പറ്റിയ ദിവസമായി ഞാൻ കണക്കു കൂട്ടി. ചിന്നനും ചിണ്ടനും മുറിക്കുള്ളിൽക്കിടന്ന് ഉറക്കമാണ്. അവയെ പിടികൂടി കെട്ടിയിട്ട് തല്ലിച്ചതയ്ക്കാം എന്നു കരുതി. ഞാൻ വാതിൽ ഭദ്രമായി അടച്ച് അവയെ പിടിക്കാൻ ശ്രമിച്ചു. എന്റെ പ്രതീക്ഷയ്ക്ക് വിപരീതമായി അവ ആക്രമാസക്തരായി. എന്നെയും അനുജനെയും മാന്തിക്കീറി. പഠിച്ച പണി പതിനെട്ടും നോക്കിയിട്ടും എനിക്കവയെ പിടിക്കാൻ കഴിഞ്ഞില്ല. പൂച്ചയെ മുറിയടച്ചിട്ട് പിടിക്കാൻ ശ്രമിച്ചാൽ അവ ആക്രമണകാരികളാകുമെന്ന് എപ്പോഴോ അമ്മ പറഞ്ഞത് ഞാനോർത്തു. ഞാൻ അടവു മാറ്റി. കതകു തുറന്നിട്ടു. അടുക്കളയിലെ ഉറിയിൽ ചട്ടിയിലാക്കി ഭദ്രമായി അടച്ചു വച്ചിരിക്കുന്ന

കുറച്ച് ഉണക്കമീൻ എടുത്തുകൊണ്ടു വന്നു. അത് ഒരു പാത്രത്തിലാക്കി മുറിയിൽ വച്ച് അവറ്റകളെ പേരു വിളിച്ചു.

"ചിന്നാ ബാസ്, ബാസ്, ബാസ്."
"ചിണ്ടാ ബാസ്, ബാസ്, ബാസ്."

ഉണക്കമീനിന്റെ മണമടിച്ച അവ പാഞ്ഞു വന്നു. ആർത്തിയോടെ ഉണക്കമീൻ തിന്നുന്ന നേരത്ത് ഞാൻ ചിണ്ടനെ കടന്നു പിടിച്ചു. പക്ഷേ ചിന്നൻ ഇതുകണ്ട് ഉണക്കമീനും കടിച്ചെടുത്ത് ഓടിക്കളഞ്ഞു.

എന്റെ മനസ്സിൽ പക എരിഞ്ഞു കത്തി. എന്നെ മുറിവേൽപ്പിച്ച ചിന്നമ്മുവിനോടും ചിന്നനോടും ചിണ്ടനോടും ഉള്ള അനുപമമായ ദേഷ്യത്തിന്റെ പാരമ്യത്തിൽ ഞാൻ ചിണ്ടനെ ശക്തിയായി ചുമരിലേയ്ക്ക് വലിച്ചെറിഞ്ഞു. "ധൂപ്" ഒരു പന്ത് ചെന്നു കൊള്ളും പോലെ അത് ചുമരിൽച്ചെന്നിടിച്ച് നിലത്തുവീണു. പ്രാണഭയത്തോടെ പാഞ്ഞോടിയ അതിനെ അനുജൻ പിന്തുടർന്നു പിടിച്ചുകൊണ്ടു വന്ന് വീണ്ടും എന്റെ കൈയ്യിൽ തന്നു. വീണ്ടും കലിയോടെ ഞാൻ ചിണ്ടനെ ചുമരിലേയ്ക്കെറിഞ്ഞു. വീണ്ടും അവൻ അതിനെ പിടിച്ചുകൊണ്ട് വന്നു. പാഞ്ഞോടുന്നതിനിടയിൽ പൂച്ച മണ്ണെണ്ണ വിളക്ക് തട്ടി മറിച്ചു. അത് എടുത്ത് നിവർത്തി വയ്ക്കുന്നതിനിടയിൽ അനുജൻ ചോദിച്ചു. "ചേട്ടാ, നമുക്കിതിനെ മണ്ണെണ്ണ കുടിപ്പിച്ചാലോ" നല്ല ആശയം. എന്നും പാല് മാത്രം കുടിക്കുന്നവൻ മണ്ണെണ്ണയുടെ രുചി കൂടി അറിയട്ടെ. അപ്പോഴേയ്ക്കും പൂച്ചയ്ക്ക് എതിർക്കുവാനുള്ള ശേഷിയൊക്കെ നഷ്ടപ്പെട്ടിരുന്നു. അനുജൻ കൊണ്ടുവന്ന വിളക്കിലെ മണ്ണെണ്ണ ഞാൻ ചിണ്ടന്റെ വായിലേയ്ക്ക് കമഴ്ത്തി. കുറേ കണ്ണിലും ഒഴിച്ചു. ചിണ്ടന്റെ വായിൽ നിന്ന് നുരയും പതയും ഒഴുകി. അവൻ കുതറിയോടി. പക്ഷേ അനുജൻ അവനെ പിടിച്ചുകൊണ്ട് വന്നു. ഞാൻ വീണ്ടും ചിണ്ടനെ ഊക്കോടെ ഭിത്തിയിലേയ്ക്ക് വലിച്ചെറിഞ്ഞു. ഇത് നാലഞ്ചാവർത്തി നടന്നു. അവസാന തവണ ചുമരിലിടിച്ച് നിലത്തുവീണ ചിണ്ടൻ പിന്നെ ഓടിയില്ല. അനങ്ങിയതുമില്ല. അനുജൻ അടുത്തുചെന്ന് തട്ടി നോക്കി.

"ഇതെന്താ ഓടാത്തത് " ? ഞാൻ അടുത്തുചെന്ന് പൂച്ചയെ എടുത്തുയർത്തി. സംഗതി അത്ര പന്തിയല്ലെന്ന് മനസ്സിലായി. "എന്താ ചേട്ടാ പൂച്ച ഓടാത്തത് ? "അനുജൻ ജിജ്ഞാസു ആയി. ഞാൻ പറഞ്ഞു" "ഇത് ചത്തുപോയെന്നാണ് തോന്നുന്നത്". "അയ്യോ അമ്മ വരുമ്പോൾ എന്തു പറയും." അപ്പോഴാണ് ആ പേടി എന്റെ ബോധത്തിലുണ്ടായത്. ഇനി ഇതിനെ എന്തു ചെയ്യും എന്നായി . കുഴിച്ചിടാമെന്നു വച്ചാൽ വീട്ടിൽ മൺവെട്ടിയില്ല. അടുത്ത വീട്ടിൽ പോയി മൺവെട്ടി വാങ്ങിയാൽ വിവരം അവരറി യും. അതോടെ അമ്മയുടെ ചെവിയിലുമെത്തും. പിന്നെ ഒരാശയം തോന്നി. വീട്ടിൽ അടുക്കളയുടെ ചുമരുകെട്ടുന്നതിനായി അടുക്കി വച്ച മൺകട്ടകളുണ്ട്. അതിനടുത്തുകൊണ്ട് പൂച്ചയുടെ ജഡം കിട ത്തിയശേഷം ഒരു കട്ട മറിച്ച് അതിന്റെ പുറത്തേയ്ക്കിട്ടു.

അമ്മ ചന്തയിൽ നിന്ന് വന്നശേഷം പൂച്ചകൾക്കുള്ള പൊടി മീൻ അവയുടെ പാത്രത്തിലിട്ട് അവറ്റകളുടെ പേരു ചൊല്ലി വിളി ക്കാൻ തുടങ്ങി. ഞങ്ങൾ മിണ്ടാതെ മുൻവശത്തെ അരമതിലിലിരു ന്നു. അമ്മ അവിടെ ആകെ അവയെ പേരു ചൊല്ലി വിളിച്ചു നടന്നു. പിന്നെ എന്റടുത്ത് വന്ന് ചോദിച്ചു. "എടാ, പൂച്ചകളെവിടെ"? "എന്തോ എനിക്കറിയില്ല. ഞാൻ കണ്ടില്ല". പിന്നെ അവിടെ അന ങ്ങാതിരുന്നാൽ അമ്മയ്ക്ക് സംശയമാകുമെന്ന് തോന്നി ഞാനും അനുജനും കൂടി അവിടമാകെ പൂച്ചകളുടെ പേര് വിളിച്ചു നടന്നു.

"ചിന്നാ ബാസ്, ബാസ്, ബാസ്."
"ചിണ്ടാ ബാസ്, ബാസ്, ബാസ്."

ഒടുവിൽ ഞാൻ തന്ത്രപൂർവ്വം ചിണ്ടനെ കിടത്തിയിരിക്കുന്ന സ്ഥലത്തെത്തി. എന്നിട്ട് വെപ്രാളം അഭിനയിച്ച് അമ്മയെ വിളിച്ചു. "അമ്മേ, ദാ, ചിണ്ടൻ ഇവിടെ കട്ടയ്ക്കടിയിൽ ചത്തുകിടക്കുന്നു. ഇതിന്റെ മുകളിൽ കയറിയപ്പോൾ കട്ട മറിഞ്ഞുവീണതായിരി ക്കും." അമ്മ ഓടി വന്നു കട്ട മാറ്റി പൂച്ചയെ എടുത്തു. ഒറ്റനോട്ട ത്തിൽത്തന്നെ അമ്മയ്ക്ക് കാര്യം മനസ്സിലായി. "എടാ, ദുഷ്ടാ നീ ഈ പാവത്തിനെ കൊന്നു അല്ലേ ?" എന്ന് പറഞ്ഞ് അമ്മ പൊട്ടിക്ക രഞ്ഞു. പിന്നെ അമ്മയുടെ കയ്യിൽ ആദ്യം കിട്ടിയത് ഒരു മരിച്ചീനി കിഴങ്ങായിരുന്നു. അതുകൊണ്ടുതന്നെ ആഞ്ഞുതല്ലി. രണ്ടാമത്തെ

അടിയ്ക്കു തന്നെ കിഴങ്ങൊടിഞ്ഞു. പിന്നെ കിട്ടിയത് മരിച്ചീനി പുഴുങ്ങി ഇളക്കാനുപയോഗിക്കുന്ന തുടുപ്പാണ്. അതുകൊണ്ടു തന്നെ തലങ്ങും വിലങ്ങും തല്ലി. ഇതിനിടയിൽ ചോദിക്കുന്നുണ്ടായിരുന്നു. "മറ്റേ പൂച്ച എവിടെടാ ?" അടികൊണ്ട് നിലവിളിക്കുകയായിരുന്നെങ്കിലും ഞാനും അപ്പോഴാണ് അതിനെക്കുറിച്ചോർത്തത്. ചിന്നന്നെവിടെപ്പോയി. ഉണക്കമീനും കടിച്ചെടുത്ത് ഓടിപ്പോയ അവനെ പിന്നെ കണ്ടിട്ടേയില്ല. പക്ഷേ അമ്മ വിശ്വസിച്ചില്ല. ഞാനതിനെ തല്ലിക്കൊന്ന് എവിടെയോ കുഴിച്ചുമൂടിയെന്നു തന്നെ അമ്മ കരുതി. ചെറിയ കുട്ടി ആയിരുന്നതുകാരണം അനുജൻ അടിയിൽ നിന്ന് രക്ഷപ്പെട്ടു. അമ്മ അടുത്ത വീട്ടിൽ നിന്നും മൺവെട്ടി വാങ്ങിക്കൊണ്ട് വന്ന് ചിണ്ടന്റെ ദേഹം മറവു ചെയ്തു. തിരികെ വന്ന് വീണ്ടും കരച്ചിലായി. സങ്കടം അധികമായപ്പോൾ പച്ചക്കറി അരിയുന്ന കത്തിയുടെ പിടിവച്ച് എന്നെ വീണ്ടും തല്ലി. എന്റെ കൈപിടിച്ച് കട്ടളപ്പടിയിൽ വച്ച് തല്ലിച്ചതച്ചു.

"ഇനിമേലിൽ ഈ കൈ വച്ച് നീ ഒരു ജീവിയേയും കൊല്ലരുത്". എന്നൊക്കെ പറയുന്നുണ്ടായിരുന്നു. അന്നത്തെ ദിവസം എന്നെ പട്ടിണിക്കിട്ടു. അമ്മയും ഒന്നും കഴിച്ചില്ല. ചിന്നൻ എവിടെ പോയെന്ന് ആലോചിച്ചിട്ട് ഒരെത്തും പിടിയും കിട്ടിയില്ല. കുറേ ഏറേ അടികിട്ടിയെങ്കിലും ആ രണ്ട് ശല്യങ്ങളും ഒഴിഞ്ഞുപോയതിൽ ഞാൻ ആശ്വസിച്ചു.

രണ്ടുമൂന്നു വർഷങ്ങൾക്കുശേഷം ഒരു മഴക്കാലത്ത് രാത്രിയിൽ ആകെ നനഞ്ഞ് കുളിച്ച് ഒരു പൂച്ച വീട്ടിനുള്ളിലേയ്ക്ക് ഓടിക്കയറി വന്നു. വെളുപ്പ് നിറം. ഒരു കാലിൽ കറുപ്പ്. അത് ചിന്നനായിരുന്നു. അവൻ വളർന്നിരിക്കുന്നു. പക്ഷേ മെലിഞ്ഞ് എല്ലും തോലുമായിരിക്കുന്നു. ശരീരം അവിടവിടെ മുറിഞ്ഞിട്ടുമുണ്ട്. അമ്മയുടെ ആഹ്ലാദത്തിന് അതിരില്ലായിരുന്നു. നാടുവിട്ടുപോയ മകൻ തിരികെ വന്നപ്പോൾ ഏറ്റവും മുഴുത്ത മുട്ടനാടിനെ കൊന്ന് കറി വച്ച് സൽക്കരിച്ച ബൈബിളിലെ പിതാവിനെപ്പോലെയായി അമ്മ. പിറ്റേന്ന് ചന്തയിൽപ്പോയി ചിന്നനു വേണ്ടി സ്പെഷ്യൽ മീൻ വാങ്ങിക്കൊണ്ട് വന്നു. പാലും മീനും ഒക്കെത്തിന്ന് ചിന്നന്റെ ക്ഷീണമെല്ലാം മാറി അവൻ തടിച്ചുകൊഴുത്തു. മുറിവുകളെല്ലാം ഭേദമായി.

ഇവൻ എന്തിനായിരിക്കും തിരിച്ചുവന്നത്. എന്നോട് പകരം വീട്ടാനായിരിക്കുമോ ? ഇത്രയും നാൾ ഇവൻ കാട്ടിലായിരിക്കുമോ കഴിഞ്ഞിരുന്നത്. അവിടെ നിന്ന് ക്രൂരനായി മാറിയായിരിക്കുമോ തിരിച്ചു വന്നത്. എന്നായിരിക്കും ഇവന്റെ സൗഹൃദത്തിന്റെ മുഖം മൂടി അഴിഞ്ഞുവീഴുന്നത്. എന്നായിരിക്കും അവൻ പാദത്തിലൊളിപ്പിച്ച നഖങ്ങൾ പുറത്തേയ്ക്ക് നീട്ടുന്നത് എന്നെല്ലാം ആലോചിച്ച് എന്റെ മനസമാധാനം മാത്രം എന്നെന്നേയ്ക്കുമായി നഷ്ടപ്പെട്ടു.

✡✡✡✡

നഗരത്തിലെ പട്ടികൾ

"കടല, കടല, കടലേയ്, വറുത്ത വേർ കടലേയ്, സൂടു കടലേയ്". നിർത്താതെ വിലപിക്കുന്ന കടല കച്ചവടക്കാരന്റെ ശബ്ദമാണ് ഉണർത്തിയത്. ബസിന്റെ ജനാലയ്ക്കരികിലുള്ള ഇരിപ്പിടത്തിലാണയാൾ ഇരുന്ന് മയങ്ങിയത്. ഉറക്കം തൃപ്തിയാകാത്തതിലുള്ള ഈർഷ്യയോടെ ഉറക്കച്ചടവുള്ള കണ്ണുകൾ തിരുമ്മിക്കൊണ്ട് രഘു വണ്ടിയുടെ ജനാലയിലൂടെ പുറത്തേയ്ക്കു നോക്കി. പുറത്ത് തിളയ്ക്കുന്ന വെയിലിൽ അയാളുടെ കണ്ണുകളിൽ എണ്ണപ്പാട വീണതുപോലെ കാഴ്ചകളെ മങ്ങിപ്പിച്ചു. അയാൾ വീണ്ടും കണ്ണു തിരുമ്മി പുറത്തേയ്ക്ക് നോക്കി. വണ്ടി ഏതോ ഒരു സ്റ്റേഷനിൽ നിൽക്കുകയാണ്.

"ഇതേതാ സ്റ്റേഷൻ" ? അയാൾ കടല കച്ചവടക്കാരനോട് തിരക്കി. അയാൾ ഇപ്പോൾ കടല വാങ്ങും എന്ന പ്രതീക്ഷയിൽ കച്ചവടക്കാരൻ കോൺ രൂപത്തിലുള്ള കടലപ്പൊതി അയാൾക്കു നേരെ നീട്ടി നിൽക്കുകയാണ്. "മദിരാശി സാർ" കച്ചവടക്കാരൻ മൊഴിഞ്ഞു. "കടല വാങ്കുവോ സാർ..." അയാൾ കടല മുഖത്തിന് നേരെ ഉയർത്തി നീട്ടി. രഘു കടല കച്ചവടക്കാരന്റെ അപേക്ഷ അവഗണിച്ച് വെപ്രാളത്തോടെ ചാടി എഴുന്നേറ്റു. കാരിയറിൽ നിന്നും പെട്ടിയും സാമാനങ്ങളും എടുത്തു. നേരെ ഡ്രൈവറുടെ കാബിനിലെത്തി. "എവിടെ നിങ്ങളുടെ കണ്ടക്ടർ" ഈർഷ്യയോടെത്തന്നെ ചോദിച്ചു. "എന്താ സാർ പ്രശ്നം ? കാശ് ബാക്കി തരാനുണ്ടോ ? അയാൾ ഓഫീസിലേയ്ക്ക് പോയിരിക്കുകയാ."

“ബാക്കിയൊന്നും തരാനില്ല. ഞാനീ ബസിന്റെ തുടക്ക സ്ഥലത്തു നിന്നും കയറിയ ആളാണ്. കണ്ടക്ടറോട് പ്രത്യേകം പറഞ്ഞിരുന്നു. മദ്രാസ് എത്തുമ്പോൾ പറയണമെന്ന്. അയാൾ പറഞ്ഞില്ല. ആ കടല കച്ചവടക്കാരന്റെ ഒച്ച കേട്ടതുകൊണ്ട് എനിക്കിവിടെ ഇറങ്ങാൻ കഴിഞ്ഞു.”

ഡ്രൈവർ ക്ഷമാപണ സ്വരത്തിൽ പറഞ്ഞു. “സ്റ്റേഷൻ എത്തിയപ്പോൾ അയാൾ വിളിച്ചു പറഞ്ഞതതണാല്ലോ. സാർ ഉറങ്ങിപ്പോയിക്കാണും. അതാണ് അബദ്ധം പറ്റിയത്”. രഘു ദേഷ്യത്തിൽ തന്നെ.

“ഇത്രയും ദീർഘദൂര സർവ്വീസുകളിൽ ആൾക്കാർ ഉറങ്ങിപ്പോകുക സ്വാഭാവികമല്ലേ ? ഉറങ്ങിപ്പോയാൽത്തന്നെ വിളിച്ചുണർത്തേണ്ട കടമയില്ലേ ? ഞാൻ രണ്ടുദിനം മുന്നെ പുലർച്ചെ നാലുമണിക്ക് വീട്ടിൽ നിന്നും തിരിച്ചതാണ്. ഇത്രയും നാൾ വിശ്രമമില്ലാത്ത യാത്രയായിരുന്നു. ബസ്സിലിരുന്ന് കാറ്റേറ്റ് ഉറങ്ങിപ്പോയി. സമ്മതിച്ചു. പക്ഷേ വിളിച്ചുണർത്താത്തത് അയാളുടെ തെറ്റല്ലേ” ?

“അതേ സാർ, തെറ്റാണ്. ദയവായി ക്ഷമിക്കൂ.” ഡ്രൈവർ വീണ്ടും ക്ഷമ ചോദിച്ചു. അല്പം തണുത്തെങ്കിലും പൂർണ്ണമായും വിട്ടുമാറാത്ത ഈർഷ്യയോടെ രഘു ബസ്സിനു പുറത്തേക്കിറങ്ങി.

മദിരാശിയിൽ വലിയൊരു കമ്പനിയിലെ ഉദ്യോഗസ്ഥനായി ചേരുവാൻ വന്നതായിരുന്നു അയാൾ. എല്ലാ നന്മകളും നിറഞ്ഞ ഒരു ഗ്രാമത്തിലായിരുന്നു രഘുവിന്റെ ജനനം. പ്രശസ്തമായ തറവാട്ടിൽ. കാവും വിശാലമായ തൊടികളും, വയലേലകളും അവർക്കു സ്വന്തമായിരുന്നു. രഘുവിന്റെ മാതാപിതാക്കൾക്ക് വളരെക്കാലം കുട്ടികളുണ്ടാവാതിരുന്നതിനാൽ വളരെയേറെ നേർച്ചക്കാഴ്ചകൾ സമർപ്പിച്ച് അമ്പലങ്ങളിൽ തൊട്ടിലുകെട്ടിയും, ഉരുളികമഴ്ത്തിയും കാത്തുകാത്തിരുന്നായിരുന്നു അയാളുടെ ജനനം. അതുകൊണ്ടു തന്നെ അയാളുടെ ഏത് ആഗ്രഹവും സാധിച്ചകൊടുക്കുവാൻ മാതാപിതാക്കൾ ആഗ്രഹിച്ചിരുന്നു. രഘുവിന്റെ കുട്ടിക്കാലത്ത് അവൻ ഗ്രാമത്തേയും ആ അന്തരീക്ഷത്തേയും കുറിച്ച് -

ചിന്തിച്ചിരുന്നില്ല. മാത്രവുമല്ല, ഇഷ്ടവുമായിരുന്നു. കാവിലെ സർപ്പക്കളമെഴുത്തും, പാട്ടും, അമ്പലത്തിലെ ചിറപ്പും, നിറങ്ങളുടെ മേളനവും എല്ലാം അവൻ ഏറെ ഇഷ്ടപ്പെട്ടിരുന്നു. കാവിലെ കള മെഴുത്തിന് ബന്ധുക്കളെല്ലാം തറവാട്ടിലെത്തും. നിറയെ കുട്ടികളും കളിക്കാൻ ഇഷ്ടം പോലെ സ്ഥലവും. ആ ദിവസങ്ങൾ കഴിയുന്ന തോടെ തറവാട് വീണ്ടും നിശബ്ദതയിലാവും. അമ്പലത്തിലെ ചിറപ്പിന് കോമരം ഉറഞ്ഞ് തുള്ളി വീട്ടിലെത്തുമ്പോൾ അവനെ ക്കൊണ്ട് പറയിൽ നെല്ലിടിക്കും. അന്ന് ഇവയെല്ലാം രഘു വളരെ യേറെ ഇഷ്ടപ്പെട്ടിരുന്നു. പക്ഷേ നാളുകൾ കഴിയുന്തോറും അവൻ കൂടുതൽ കൂടുതൽ ഉന്നതമായി പഠിച്ച് ബിരുദങ്ങൾ കരസ്ഥമാക്കു കയും ലോകത്തെക്കുറിച്ച് കൂടുതൽ അറിയാൻ തുടങ്ങിയപ്പോ ഴേക്കും അവൻ ആ ഗ്രാമത്തെ വെറുക്കുകയും, നഗരങ്ങളെ സ്വപ്നം കണ്ടുതുടങ്ങുകയും ചെയ്തു. നഗരങ്ങളിലെ സൗകര്യ ങ്ങൾ ഗ്രാമത്തിലില്ലാത്തതിൽ അവൻ കുണ്ഠിതപ്പെട്ടു.

നഗരത്തിൽ ഒരു തൊഴിൽ സ്വന്തമാക്കണം. അവൻ തീരുമാ നിച്ചു. ആ ആഗ്രഹം തറവാട്ടിൽ അവതരിപ്പിച്ചപ്പോൾ അവർ ആരും അനുകൂലിച്ചില്ല. അവർക്ക് അവനെ കാണാമറയത്ത് വിടാൻ കഴി യില്ലായിരുന്നു. അവർ പറഞ്ഞു.

“എന്തിനാ ഇഞ്ഞിക്ക് ഇപ്പോ ഒരു ജോലി. അല്ലാണ്ടു തന്നെ തലമുറകൾക്ക് തിന്നാനുള്ള വക ഈ തറവാട്ടിലുണ്ട്.” ഇഞ്ഞി നയിച്ച് കൊണ്ടോന്നിട്ട് ഉണ്ണാനൊള്ള കഷ്ടപ്പാടൊന്നും ഈടെ യില്ല. ഇനീപ്പോ ഒരു തൊഴിലിന് പോയേ പറ്റൂന്ന്ച്ചാല് അത് ഈടെയെങ്ങാനും പോരേ ? ഇത്ര ദൂരത്തേയ്ക്കും മറ്റും പോണോ ? പക്ഷേ അതൊന്നും അവനെ പിന്തിരിപ്പിച്ചില്ല. ഒടുവിൽ അവന്റെ നിർബന്ധത്തിനു എല്ലാവരും വഴങ്ങി. അങ്ങനെയാണ് കുളവും, കാവും, സദാ കാറ്റുവീശുന്ന, കൊറ്റികൾ മീൻ കൊത്താൻ കാത്തു നിൽക്കുന്ന വയലേലകളും, തണുപ്പു നിറഞ്ഞ തറവാട്ടിലെ മുറി കളും എല്ലാം വിട്ട് അവൻ മദിരാശിയിലേയ്ക്ക് വണ്ടി കയറിയത്.

രഘുവിന്റെ ഓഫീസ് നഗരത്തിലെ തിരക്കേറിയ ഒരു സ്ഥല ത്താണ്. അവിടെ നിന്ന് ഏറെ അകലെയല്ലാതൊരിടത്ത് ആണ് താമസം തരപ്പെടുത്തിയത്. സാമാന്യം നല്ലൊരു വീട്. വെണ്ണക്കല്ലു

വിരിച്ച നിലവും, കിടപ്പുമുറിയോട് ചേർന്ന് കുളിപ്പുരയും മറ്റും ഉള്ള അത്യാവശ്യം ആധുനിക രീതിയിൽ പണികഴിപ്പിച്ച വീട്. എന്നാൽ ചില്ലറ ചില പ്രശ്നങ്ങൾ ഇല്ലാതെയുമില്ല. കുളിപ്പുരയിൽ ഷവറും കുളിത്തൊട്ടിയും മറ്റും ഉണ്ടെങ്കിലും നല്ലനേരം നോക്കിയേ വെള്ളം വരൂ. രാവിലെ ഒരു മണിക്കൂർ പിന്നെ രാത്രിയിൽ.

രാവിലെ അധികം വെള്ളം വേണമെങ്കിൽ രാത്രിയിൽ തൊട്ടികളിൽ നിറച്ചുവയ്ക്കണം. രാത്രിയിൽ പിടിച്ചു വച്ച വെള്ളം വെളുപ്പാൻകാലത്ത് ഐസുപോലെ തണുത്തിരിക്കും. അത് തല യിൽ കോരിയൊഴിച്ചാണ് കുളി. ഷവറുണ്ടെങ്കിലും ഒരിക്കലും അതുവഴി കുളിക്കാൻ കഴിഞ്ഞിട്ടില്ല. അതിലേയ്ക്കു കയറാനുള്ള ശക്തി വെള്ളത്തിന്റെ ഒഴുക്കിനില്ല. പിന്നെയാണ് ഏറ്റവും പ്രധാന പ്രശ്നം. ഒരു കോളനിയിലൂടെ കടന്നുവേണം വീട്ടിലേയ്ക്കു പോകാൻ. വൃത്തിഹീനമായ കോളനി. അല്ലെങ്കിലും ലോകത്തിലെ എല്ലാ കോളനികളും വൃത്തിഹീനങ്ങളാണല്ലോ. അവിടെ ഒരു വശത്തു കൂടി കൊതുകും, കൂത്താടികളും, പുഴുക്കളും ഉള്ള മലിന ജലം ഒഴുകുന്ന ഓട, ചിലയിടങ്ങൾ പൊട്ടിത്തകർന്ന് ചലം പുറ ത്തേയ്ക്ക് ഒലിച്ചുകൊണ്ടിരുന്നു. പലയിടത്തും കൊതുകുകൾ പുറ ത്തേയ്ക്ക് പാറി യഥേഷ്ടം വിഹരിച്ചു നടന്നു. അവ മന്തും പല തരം പനികളും പരത്തി സുഖിച്ചു വാണു. അതുവഴി വീട്ടിലേയ്ക്കു വരുമ്പോൾ ആണും പെണ്ണും അടങ്ങുന്ന നഗ്നരായ കുട്ടികൾ ആ അഴുക്കിലും മണ്ണിലും ഓടിച്ചാടി കളിക്കുന്നത് കാണാം. അവർ എല്ലുകളുന്തിയും, വയറു വീർത്ത് പുറത്തേയ്ക്ക് തള്ളിയും, എണ്ണ പറ്റാതെ ചപ്രച്ചതലമുടിയോടെയും, ദാരിദ്ര്യത്തിന്റെ ദൃശ്യരൂപങ്ങ ളായിരുന്നു. ആ കോളനിയിൽ നഗരസഭയുടെ വക ഒരു പൊതു പൈപ്പുണ്ട്. അതിൽ എപ്പോഴും വെള്ളം ഉണ്ടാകും. വളരെ ശക്തി യുള്ള വെള്ളപ്പാച്ചിലൊന്നുമില്ല. ആ പൈപ്പ് ഒരിക്കലും അടയ്ക്കാ റുമില്ല. അതിൽ ചൂടിക്കയർ വണ്ണത്തിൽ സദാ വെള്ളം വീണുകൊ ണ്ടിരിക്കും. ഒരു തൊട്ടിയും തകരപ്പാട്ടയും അതിനു ചുവട്ടിൽ പ്രതി ഷ്ഠിച്ചിട്ടുണ്ട്. അത് എപ്പോഴും നിറഞ്ഞ് തുളുമ്പി ഒഴികിക്കൊണ്ടിരി ക്കും. പലപ്പോഴും അഴുക്കു പിടിച്ച തോർത്തുമുടുത്ത് അതിനു ചുവട്ടിൽ കുന്തിച്ചിരുന്ന് ആരെങ്കിലും കുളിച്ചുകൊണ്ടിരിക്കുന്നത് കാണാം.

ആ കോളനിയിൽ നഗരത്തിലെ വഴിവാണിഭക്കാരും, ചെരു പ്പുകുത്തികളും, പട്ടൂരയും ചോലയും വിൽക്കുന്നവരും, കള്ളന്മാ രും, തോട്ടികളും, വേശ്യകളും, വാറ്റുകാരും, തെമ്മാടികളും പാർത്തിരുന്നു. നഗരത്തിൽ എന്തെങ്കിലും കുറ്റകൃത്യങ്ങൾ നട ന്നാൽ അപ്പോൾ തന്നെ പോലീസ് ആ കോളനിയിൽ പാഞ്ഞെ ത്തും. അവർ ആദ്യം കുറ്റവാളികളെ തിരയുക ഈ കോളനിയിലാ യിരിക്കും. കുറ്റം ചെയ്യാത്തവരും ഒന്നുമറിയാത്ത പാവങ്ങളും പോലീസിന്റെ തല്ലുവാങ്ങും. പല ആണുങ്ങളേയും അറസ്റ്റു ചെയ്തുകൊണ്ടു പോകും. യഥാർത്ഥ കുറ്റവാളിയെ കിട്ടും വരെ ഭേദ്യം ചെയ്യും. ആളെക്കിട്ടിയാൽ മറ്റെല്ലാ പേരെയും പറഞ്ഞുവി ടും. അപ്പോഴേയ്ക്കും ആ പാവങ്ങളെല്ലാം കീറിയ പഴന്തുണി പോലെ ആയിട്ടുണ്ടാവും.

ഇത് ആ നഗരത്തിലെ ഒരു കോളനിയുടെ മാത്രം സ്ഥിതി. ഇങ്ങനെ എത്രയെത്ര കോളനികൾ ആ നഗരത്തിലുണ്ട്. ലോക ത്തിലെ എല്ലാ നഗരങ്ങളുടെയും അവസ്ഥ ഇതുപോലെ തന്നെ. നഗരങ്ങളിൽ ജീവിത സൗകര്യങ്ങൾ, ആഡംബരങ്ങൾ എന്നിവ യൊക്കെയുണ്ടാകും. പക്ഷേ സുന്ദരമായി ചമച്ചൊരുക്കിയ മുഖങ്ങ ളുടെ അടിയിൽ സമർത്ഥമായി മറയ്ക്കപ്പെട്ട ചലമൊഴുകുന്ന ഇത്തരം വടുക്കൾ ധാരാളം ഉണ്ടാവും. നഗരങ്ങളിലെ പണക്കാരും, രാഷ്ട്രീയക്കാരും അവരുടെ കാര്യസാധ്യങ്ങൾക്കു വേണ്ടി കോള നികളിലെ പാവങ്ങളെ എന്നും ഇങ്ങനെ ഉപയോഗിച്ചുകൊണ്ടിരി ക്കും. അവരുടെ ഉന്നമനത്തിനായി മാറി മാറി വരുന്ന സർക്കാരു കളും ഒന്നും ചെയ്യില്ല. കാരണം ഭരണം അട്ടിമറിക്കാനും മറ്റും ഇവർ ഈ അവസ്ഥയിൽ കഴിയേണ്ടത് രാഷ്ട്രീയക്കാരുടെയും ആവശ്യമായിരുന്നു. ഇന്ന് ഇവർ അവർക്കുവേണ്ടി പ്രവർത്തിക്കും. നാളെ ഇവരുടെ മക്കൾ, പിന്നെ മക്കളുടെ മക്കൾ.............. അങ്ങനെ തലമുറകളായി ഇതു തുടർന്നുകൊണ്ടേയിരിക്കും. വടുക്കൾ ഒരി ക്കലും ഉണങ്ങാതെ പഴുത്തൊലിക്കുന്ന ഈച്ചയാർക്കുന്ന വ്രണ ങ്ങളായി നിലനിൽക്കും.

രഘു ഈ നഗരത്തിൽ താമസമാക്കിയിട്ട് ഒരുവർഷം കഴി ഞ്ഞു. ചില ദിവസങ്ങളിൽ നഗരത്തിൽ ജലവിതരണ സംവിധാന-

ങ്ങളിൽ അറ്റകുറ്റപ്പണികൾ നടക്കുമ്പോഴും, നഗര പാതകളുടെ വികസനത്തിനായി നിരത്തുകൾ കുഴിക്കുമ്പോഴും മറ്റും കുഴലുകൾ പൊട്ടി ജലവിതരണ സംവിധാനം ആകെ താറുമാറാവും. അപ്പോൾ വെള്ളമുണ്ടാകില്ല. അന്നേരവും ആ കോളനിയിലെ പൊതു പൈപ്പിൽ വെളളമൊഴുകുന്നുണ്ടാകും. അങ്ങനെയുള്ള അവസരങ്ങളിൽ രഘു തോർത്തും സോപ്പുമെടുത്ത് ആ പൈപ്പിനു ചുവട്ടിൽ ചെന്ന് കുന്തിച്ചിരുന്ന് കുളിക്കാറുണ്ട്. രഘുവിന്റെ അറിവിൽ ആ പൈപ്പിന്റെ ചുവട്ടിലിരുന്ന് കുളിക്കുന്നവരിൽ സോപ്പ് തേയ്ച്ച് കുളിക്കുന്ന ഏകയാൾ അയാൾ മാത്രമാണ്. ചെറിയ തകരപ്പാട്ടയിൽ ക്ലോറിൻ മണക്കുന്ന വെള്ളം മുക്കി തലയിലൊഴിച്ച് കുളിക്കുമ്പോൾ തറവാട്ടിലെ വലിയ കുളത്തിൽ ചാടി മറിഞ്ഞ് നീന്തിത്തുടിച്ചിരുന്ന ആ നല്ലകാലം അയാൾക്ക് ഓർമ്മ വരും. ആദ്യമൊക്കെ അയാൾക്ക് അവിടെ ചെന്നിരുന്ന് അങ്ങനെ കുളിക്കുന്നത് വലിയ അപമാനമായി തോന്നിയിരുന്നെങ്കിലും പതുക്കെപ്പതുക്കെ അയാൾ സാഹചര്യങ്ങളുമായി പൊരുത്തപ്പെട്ടു. പൊരുത്തപ്പെടാൻ കഴിയാത്ത ഏകകാര്യം വിദ്യുച്ഛക്തി ഇല്ലാത്ത ദിവസങ്ങളിലെ കൊതുകിന്റെ ആക്രമണമായിരുന്നു. കൊതുകു വലയ്ക്കുള്ളിൽ കിടന്നാൽ സഹിക്കാൻ കഴിയാത്ത ചൂടായിരിക്കും. അതിനാൽ അയാൾ എപ്പോഴും ആമമാർക്ക് കൊതുകുതിരി കത്തിച്ചുവയ്ക്കും. ആദ്യമൊക്കെ തിരി കത്തിച്ചുവയ്ക്കുമ്പോൾ അതിന്റെ ഗന്ധം സഹിക്കാൻ കഴിയാതെ അയാൾക്ക് ശ്വാസം മുട്ടൽ അനുഭവപ്പെട്ടു. എങ്കിലും കൊതുകിന്റെ കുത്തലിനേക്കാൾ ഭേദം ആ ഗന്ധം സഹിക്കുന്നതു തന്നെയായിരുന്നു. ഒടുവിൽ ആ ഗന്ധവും അയാൾക്ക് പരിചിതമായി. പക്ഷേ ഈയിടയായി കൊതുകുകൾക്ക് ഒന്നിനും കൊതുകുതിരി ഏൽക്കുന്നില്ല. അവ അതിനെതിരെ പ്രതിരോധശേഷി നേടിയിരിക്കുന്നു. പലപ്പോഴും പറന്നു നടന്നു ക്ഷീണിച്ച കൊതുകുകൾ എരിഞ്ഞുകൊണ്ടിരിക്കുന്ന കൊതുകുതിരിയുടെ പുറത്തുവന്നിരുന്ന് വിശ്രമിക്കുന്നു. കൊതുകുകൾ രഘുവിന്റെ നാട്ടിലും ഉണ്ടായിരുന്നു. എങ്കിലും അവ ഇത്ര ഭീകരന്മാരായിരുന്നില്ല. ഇത്രയും അംഗസംഖ്യയും ഉണ്ടായിരുന്നില്ല. നാട്ടിൽ അവ ആർക്കും രോഗങ്ങൾ പരത്തിയതായും അറിവില്ല. തറവാട്ടിൽ പൊട്ടിപ്പോയ ഒരു പഴയ വലിയ ഉപ്പുമാങ്ങാക്കല

ത്തിന്റെ ചുവടു ഭാഗം ഉണ്ടായിരുന്നു. സന്ധ്യ മയങ്ങുമ്പോൾ പറ മ്പിലെ ചപ്പിലകൾ പെറുക്കി അതിൽ നിറച്ച് പുകയിടും. എന്നും ചപ്പിലകൾ പെറുക്കി അതിൽ നിറയ്ക്കുക രഘുവിന്റെ പണിയാ ണ്. എന്നിട്ട് ചപ്പിലയ്ക്കു തീകൊടുത്ത് ഉണങ്ങിയ കമുകിൻ പാള കൊണ്ട് വീശിക്കൊടുക്കും. അതോടെ ഉള്ള കൊതുകുകൾ മുഴു വനും പ്രാണനും കൊണ്ട് പാഞ്ഞകലും. ഇങ്ങനെ എല്ലാ വീട്ടു കാരും പുകയിട്ടിരുന്നു. അപ്പോൾ ആ കൊതുകുകൾ എവിടെ ത്തങ്ങും എന്ന് അയാൾ പലപ്പോഴും ചിന്തിച്ച് കുഴഞ്ഞിട്ടുണ്ട്. ചില പ്പോൾ ആ ഗ്രാമം വിട്ട് വല്ല വനപ്രദേശത്തോ ആൾപ്പാർപ്പില്ലാത്ത സ്ഥലത്തോ പോയി രാപ്പാർക്കുമായിരിക്കും. പിറ്റേന്ന് കാലത്ത് പൂർവ്വാധികം ശക്തരായി മൂർച്ചകൂട്ടിയ സൂചികളുമായി പ്രതികാര വാഞ്ജയോടെ തിരികെയെത്തും. വീണ്ടും മൂവന്തിക്ക് പായും. പിറ്റേന്ന് തിരികെയെത്തും. അതങ്ങനെ ചാക്രികമായി നടന്നുകൊ ണ്ടിരുന്നു. നാട്ടിലെ കൊതുകുകൾ കുത്തിയാൽ വേദന മാത്രമേ ഉണ്ടാവൂ. പക്ഷേ ഇവിടത്തെ കൊതുകുകൾ കുത്തുമ്പോൾ വേദന യോടൊപ്പം അസഹ്യമായ ചൊറിച്ചിലും അനുഭവപ്പെടും. പോരാ ത്തതിന് അവിടെ പലർക്കും മന്തുകാലുമുണ്ട്. അതുകൊണ്ട് തന്നെ രഘു അവിടത്തെ കൊതുകുകളെ വളരെയേറെ അറ പ്പോടും ഭയത്തോടുമാണ് കണ്ടിരുന്നത്. അങ്ങനെ പതുക്കെപ്പ തുക്കെ രഘു അയാൾ യൗവ്വനകാലത്ത് സ്വപ്നം കാണുമായിരുന്ന സ്വർഗ്ഗതുല്യമായ നഗരമെന്ന കാഴ്ചയ്ക്കു മങ്ങലേറ്റു തുടങ്ങി.

ഇതുവരെ രഘുവിനെ അത്ഭുതപ്പെടുത്തിയിരുന്ന മറ്റൊരു കാര്യം നഗരത്തിൽ ഒരിടത്തും അലഞ്ഞുതിരിയുന്ന തെരുവുനാ യ്ക്കളെ കാണാനില്ല എന്നുള്ളതായിരുന്നു. എവിടേയും എച്ചിൽ കൂമ്പാരങ്ങളും മാലിന്യങ്ങളും കുമിഞ്ഞു കൂടിയിരിക്കുമെങ്കിലും ഒരിടത്തും അയാൾ അവ കടിച്ചുവലിക്കുന്ന നായ്ക്കളെ കണ്ടിട്ടില്ല. ഗ്രാമപ്രദേശമായ അയാളുടെ നാട്ടിൽ പോലും തെരുവുനായ്ക്കൾ ധാരാളം ഉണ്ടായിരുന്നതായി രഘു ഓർത്തു. ഒരിക്കൽ അയാൾ തന്റെ ഓഫീസിലെ ശിപായിയോട് ചോദിച്ചു.

"ഇങ്കെ എങ്കെയും അലഞ്ച് തിരിയറിയ നായ്ക്കളെ പാർത്ത തില്ലിയേ ? ഏൻ അപ്പടി ?".

"ഒരുവേള ഇങ്കയും നായ്ക്കൾ ഇരുന്തത് സാർ. അപ്പോതെല്ലാമേ അവ കടിച്ച് നെറയെ അള്ങ്കളേയും പസ്ങ്കളേയും ആസ്പത്രിയിലേ പോട്ടാച്ച്. അപ്പോതാൻ കോർപ്പറേഷൻ നായെയെല്ലാം പിടിച്ച് പൗണ്ടിലെപ്പോട്ടാച്ച്. അത് മട്ടും അല്ലൈ. അതുക്ക് എല്ലാം ആപ്പറേഷനും പണ്ണിയിടിച്ച്. അതക്ക് അപ്പറം യാരും ഇങ്കെയെങ്കും അലഞ്ച് തിരിയറ നായെയെല്ലാം പാർത്തതേയില്ലൈ സർ, " ഇതും പറഞ്ഞിട്ട് അയാൽ സ്വന്തം നാടിനെക്കുറിച്ച് അഭിമാനം കൊണ്ടു. അത് അയാൾ പുറമേ പറഞ്ഞില്ലെങ്കിലും അയാളുടെ മുഖത്തും ശരീരഭാഷയിലും അത് വ്യക്തമായി നിഴലിച്ചിരുന്നു. അപ്പോൾ അതാണ് കാര്യം. എങ്ങനെയാണ് തെരുവുനായ്ക്കളെ ഉന്മൂലനം ചെയ്തതെന്ന് രഘുവിന് മനസ്സിലായി. അപ്പോൾ അവിടെ കുന്നുകൂടുന്ന മാലിന്യങ്ങളും ഭക്ഷണാവശിഷ്ടങ്ങളും എന്തു ചെയ്യും. ഒരു പരിധി വരെ തെരുവുനായ്ക്കളും , കാക്കകളും കുമിഞ്ഞുകൂടുന്ന മാലിന്യങ്ങൾ തിന്ന് തീർത്തു അവയുടെ വിശപ്പാറ്റുന്നതോടൊപ്പം തന്നെ ശുചീകരണ പ്രവർത്തനവും നടത്തുന്നുണ്ട്. ഇവിടെ ഇപ്പോൾ അത് സംഭവിക്കുന്നില്ല. അപ്പോൾ ബാക്ടീരിയകൾ തന്നെ ശരണം.

രഘു വല്ലപ്പോഴും നാട്ടിലേയ്ക്ക് കത്തെഴുതും. ഇങ്ങോട്ട് പുറപ്പെടുമ്പോൾ അമ്മ പ്രത്യേകം പറഞ്ഞതാണ്. എല്ലാ മാസവും രണ്ട് കത്തെങ്കിലും എഴുതണമെന്ന്. പക്ഷേ അയാൾ രണ്ടുമാസത്തിലൊരിക്കലാണ് കത്തുകൾ എഴുതുന്നത്. കത്തെഴുതുന്നത് അയാൾക്ക് വളരെ മടിയുള്ള കാര്യമാണ്. അല്ലെങ്കിൽ തന്നെ എന്തെഴുതാനാണ്. എല്ലാ കത്തുകളും മടുപ്പുളവാക്കുന്ന ഒരേ ശൈലി തന്നെ. "എന്തൊക്കെയുണ്ട് വിശേഷം ? അവിടെ എല്ലാ പേർക്കും സുഖമെന്നു കരുതുന്നു. ഇവിടെ എനിക്ക് സുഖം തന്നെ. മറ്റു വിശേഷങ്ങൾ ഒന്നുമില്ല. കത്തു ചുരുക്കുന്നു എന്ന് സ്വന്തം രഘു." ഇതുതന്നെയാണ് എല്ലാ കത്തിന്റെയും ഘടന. പിന്നെ എഴുതാനുള്ളത് കോളനിയും അവിടത്തെ കാര്യങ്ങളുമാണ്. മകൻ അത്തരം ഒരിടത്താണ് താമസിക്കുന്നതെന്നറിഞ്ഞാൽ അമ്മ വിഷമിക്കും. അതിനാൽ അയാൾ മനഃപൂർവ്വം അക്കാര്യങ്ങൾ കത്തുകളിൽ എഴുതിയില്ല. പക്ഷേ നായ്ക്കളെക്കുറിച്ചുള്ള വിശേഷം ഒരു

കത്തിൽ എഴുതി. ഇവിടെ അലഞ്ഞു തിരിയുന്ന തെരുവുനായ്ക്കൾ ഇല്ലെന്നും അവയെ ഒന്നാകെ ഉന്മൂലനം ചെയ്ത ഒരു നഗരത്തിലാണ് താൻ കഴിയുന്നതെന്നും.

ഒരുനാൾ രഘുവിന്റെ ഓഫീസിൽ ഒരുമിച്ച് പണിയെടുക്കുന്ന ഒരാളുടെ വിവാഹത്തിൽ സംബന്ധിക്കാൻ അയാൾ പോയി. വിവാഹശേഷം നല്ല സദ്യയും ഉണ്ടായിരുന്നു. സദ്യയും കഴിഞ്ഞ് ഏമ്പക്കവും വിട്ട് ഒരു സുഹൃത്തുമൊത്ത് രഘു തിരികെ വരുമ്പോൾ കണ്ട കാഴ്ച ഞെട്ടിക്കുന്നതായിരുന്നു. ഒരുകൂട്ടം മനുഷ്യർ, ഒന്നോ രണ്ടോ കുടുംബമായിരിക്കണം. ആണും പെണ്ണും കുഞ്ഞുങ്ങളുമടക്കം സദ്യ കഴിഞ്ഞ് പുറത്ത് കൂട്ടിയിട്ടിരിക്കുന്ന എച്ചിൽ ഇല കൂമ്പാരത്തിൽ നിന്ന് ചോറും കറികളും വാരിയെടുത്തു കഴിക്കുന്നു. എല്ലാ പേരുടെയും കണ്ണിൽ ആർത്തി മാത്രം. എല്ലിച്ചു വയറുന്തിയ കുഞ്ഞുങ്ങൾ ആവേശത്തോടെ എച്ചിലുണ്ണുന്ന കാഴ്ച ആരുടെയും കരളലിയിക്കുന്നതായിരുന്നു. കഴിക്കുന്നതിൽ മാത്രമാണ് അവരുടെ ശ്രദ്ധ. മുഖമുയർത്തുന്നതുപോലുമില്ല. ആർത്തിയോടെ ഒരു കുട്ടിയുടെ ഇലയിൽ കൈവച്ച മറ്റൊരു കുട്ടിയെ ആ കുട്ടി പിടിച്ചു തള്ളി. ശരിക്കും എച്ചിൽ കൂമ്പാരത്തിൽ കടിപിടി കൂടുന്ന പട്ടികളെപ്പോലെ. അസ്തപ്രജ്ഞനായ രഘു സുഹൃത്തിനോടന്വേഷിച്ചു.

"എന്തായിത് ?"

"ഏത് ?"

" ഈ മനുഷ്യർ എച്ചിൽ കൂമ്പാരത്തിൽ നിന്ന് വാരി കഴിക്കുന്നത് ?" "ഓ അതോ അതിവിടെ സാധാരണമല്ലേ" ? കണ്ട് കണ്ട് പഴകിയ സുഹൃത്ത് പറഞ്ഞു. "വിശപ്പ്, ദാരിദ്ര്യം, പട്ടിണി, ഇതല്ലാതെ അവർ എന്തുചെയ്യും. ഉദര പൂരണമല്ലേ സുഹൃത്തേ എല്ലാ മനുഷ്യന്റേയും ആത്യന്തികമായ ലക്ഷ്യം. കൈയ്യിൽ കാശുള്ള നമ്മൾ ഭക്ഷണശാലകളിൽ പോയി കഴിക്കും. കാശില്ലാത്ത ഇവർ എച്ചിൽ കൂമ്പാരങ്ങളിൽ അന്നം തേടും. അവരെ ആരും സദ്യക്കൊന്നും ക്ഷണിക്കില്ലല്ലോ. അപ്പോൾ അവർക്ക് ജീവൻ നിലനിർത്താൻ ഇങ്ങനെ ചില വഴികൾ. ഇവിടെ മിക്കവാറും ദിവസങ്ങളിൽ വിവാഹമുണ്ടാവും. ഇല്ലാത്തപ്പോൾ ഭക്ഷണശാലകളുടെ

എച്ചിൽ കൂമ്പാരങ്ങളിൽ തപ്പും. ഇത് ഒരു സംഘമേ ആകുന്നുള്ളൂ. ഇങ്ങനെ അനേകം സംഘങ്ങളുമുണ്ട്. ഓരോ സംഘങ്ങൾക്കും നിർദ്ദിഷ്ട സ്ഥലങ്ങളുമുണ്ട്. ഒരു സംഘം മറ്റു സ്ഥലങ്ങളിൽ പോകാറില്ല. പോയാൽ ആ സ്ഥലത്തെ സംഘവുമായി തല്ലു കൂടേണ്ടി വരും. ഭക്ഷണം കഴിഞ്ഞ് ഇവിടെ ഏതെങ്കിലും കടത്തിണ്ണകളിൽ കിടന്നുറങ്ങും. ഇതും ഒരു ജീവിതം തന്നെ."

ഓഫീസിലിരുന്ന് ഫയലുകൾ പരിശോധിക്കുമ്പോഴും ദിവസങ്ങളോളം രഘുവിന്റെ മനസ്സിൽ ഇതുതന്നെയായിരുന്നു. പ്രത്യേകിച്ച് ആ കുഞ്ഞുങ്ങളുടെ ദയനീയ മുഖങ്ങൾ നമ്മുടെ കുഞ്ഞുങ്ങൾ പാൽച്ചോറുണ്ണുമ്പോൾ ആ കുഞ്ഞുങ്ങൾ ഉച്ഛിഷ്ടം ഉണ്ണുന്നു. ചുമ്മാതല്ല സർക്കാർ പട്ടികളെ പിടികൂടി വന്ധ്യം കരണം ചെയ്ത് കൂട്ടിലാക്കിയത്. പകരം ഇവരുണ്ടല്ലോ. ഇവരാവുമ്പോൾ ആരെയും കടിക്കില്ല. പേ പിടിപ്പിക്കില്ല. ഇവരാണ് ഈ നഗരത്തിലെ പട്ടികൾ. കുരയ്ക്കാത്ത, കടിക്കാത്ത പട്ടികൾ.

കുറേനാൾ കഴിഞ്ഞ് ആ വിവാഹ മണ്ഡപം വഴി ഒരിക്കൽ പോവുകയുണ്ടായി. അന്നും അവിടെ വിവാഹമുണ്ടായിരുന്നു. എന്നാൽ എച്ചിൽ കൂമ്പാരത്തിനരുകിൽ ആരെയും കണ്ടില്ല. ആശ്ചര്യമായി. ഇവരെവിടെ പോയിക്കാണും. ഇനി വേറെ വല്ല ഭക്ഷണശാലകളുടെ പിന്നാമ്പുറങ്ങളിലായിരിക്കുമോ ? രഘു ഈ വിധം ചിന്താകുഴപ്പത്തിലെത്തി. പിറ്റേന്ന് ഓഫീസിലെത്തിയപ്പോൾ അയാൾ ശിപായിയോട് തിരക്കി.

"അങ്കെ, അന്ത കല്യാണമണ്ഡപത്തോടെ പക്കത്തില് ഒരു നാടോടിക്കൂട്ടം ഇരുന്തതില്ലിയാ. അന്ത എച്ചിയെല്ലാമേ സാപ്പിട്റവര് ? നേറ്റ് നാൻ അങ്കെയാരെയും പാർത്തതേയില്ലൈ. അവര് എങ്കെപ്പോച്ച് ?"

"അവര് എരന്ത് പോയിട്ടാച്ച് സാർ". രഘു ഉൽക്കടമായി ഞെട്ടി. "എല്ലാരുമാ ?"

"ആമാം സാർ. ഒരുനാളിലേ രാത്തിരി പ്ലാറ്റ് ഫോറത്തിലേ പടുത്തിരുന്തപ്പോത് ഒരു ലോറി അവങ്കളുടെ മേലേ ഏറി ഏറങ്കിപ്പോയാച്ച്, എല്ലാരുമേ സ്പോട്ടിലേ എരന്ത്‌വിട്ടാൾ. പാവം,

പസ്കയെല്ലാം ഇരന്ത്ാങ്കെ. ഉങ്കളുക്ക് തെരിയവില്ലിയാ ? ഇവങ്കെയെല്ലാം സത്താ എപ്പടി വാർത്തയാകും. നായ് സത്തമാതിരി താൻ." ശിപായി പുലമ്പിക്കൊണ്ടു കടന്നുപോയി.

രഘുവിന് അന്ന് ഉറങ്ങാൻ കഴിഞ്ഞില്ല. കണ്ണൊന്നടച്ചാൽ ചതഞ്ഞരഞ്ഞ ആ പിഞ്ചുകുഞ്ഞുങ്ങളുടെ ചേതനയറ്റ ശരീരങ്ങളാണ് തെളിയുക. അവരുടെ അടഞ്ഞ കണ്ണുകളിൽ അപ്പോൾ എച്ചിലുണ്ണുമ്പോഴുള്ള ആർത്തി ഇല്ലായിരുന്നു. പിറ്റേന്ന് ഉറച്ച തീരുമാനത്തോടെയാണ് രഘു ഓഫീസിലെത്തിയത്. നേരേ എം. ഡി.യുടെ മുറിയിൽ കടന്നു ചെന്നു. ഒരു കവർ അദ്ദേഹത്തിന് നേരെ നീട്ടി പറഞ്ഞു.

"ഞാൻ ഈ ഉദ്യോഗം രാജിവയ്ക്കുകയാണ് സർ. തൊഴിലിനോടോ, ഈ ഓഫീസ് അന്തരീക്ഷത്തിനോടോ യാതൊരു വിരോധവും തോന്നിയിട്ടല്ല പക്ഷേ ഞാൻ ഈ നഗരം എന്നല്ല എല്ലാ നഗരങ്ങളെയും മൊത്തത്തിൽ വെറുക്കുന്നു. ഇനിയൊരിക്കലും എനിക്ക് നഗരങ്ങളിൽ പണിയെടുക്കാനാവില്ല. ഞാൻ എന്റെ ഗ്രാമത്തിലേ യ്ക്ക് തന്നെ മടങ്ങിപ്പോവുകയാണ്. അതിനാൽ സാർ, ദയവായി ഈ രാജി സ്വീകരിക്കണം."

എം.ഡി. ഒരുപാട് പിന്തിരിപ്പിക്കാൻ ശ്രമിച്ചെങ്കിലും അയാൾ തന്റെ നിലപാടിൽ ഉറച്ചു നിന്നു. അങ്ങനെ രാജി സ്വീകരിക്കപ്പെട്ടു. ഓഫീസിൽ എല്ലാപേരോടും യാത്ര പറഞ്ഞ് അയാൾ എന്നന്നേയ്ക്കുമായി ആ നഗരത്തോട് വിട പറഞ്ഞു. തിരികെ നാട്ടിലേയ്ക്കുള്ള ബസിന്റെ ജനാലയ്ക്കരികിലുള്ള ഇരിപ്പിടത്തിൽ കാറ്റേറ്റിരിക്കുമ്പോൾ അയാൾക്ക് ഉറക്കം വന്നില്ല. ഈ കാവ്യശലകങ്ങൾ മനസ്സിൽ മുഴങ്ങിക്കൊണ്ടിരുന്നു.

"നാട്യപ്രധാനം നഗരം ദരിദ്രം
നാട്ടിൻപുറം നന്മകളാൽ സമൃദ്ധം".

✡✡✡✡

ദിവ്യ ഔഷധം

ദിവ്യ ഔഷധം എന്ന് പറയുമ്പോൾ ആദ്യം എല്ലാപേരുടെ യും മനസ്സുകളിൽ ഓടിയെത്തുന്നത് 'അമൃത്' ആയിരിക്കും. ആരും അമൃത് കണ്ടിട്ടുമില്ല, കുടിച്ചിട്ടുമില്ല. അതുകൊണ്ട് തന്നെ അങ്ങനെ ഒരു ദിവ്യ ഔഷധം ഉണ്ടെന്ന് ആരും വിശ്വസിക്കുന്നുമില്ല. അമൃത് കഥകളിലും പുരാണങ്ങളിലും പഴഞ്ചൊല്ലുകളിലും മാത്രം ഒതു ങ്ങി നിൽക്കുന്ന ഒരു സുന്ദര സങ്കല്പം മാത്രമായി. സകലരോഗ ങ്ങളും, ജരാനരകളും മാറ്റി നിത്യയൗവ്വനവും അമരത്വവും പ്രദാ നം ചെയ്യാൻ അമൃതിന് കഴിവുണ്ടെന്നാണ് പറയപ്പെടുന്നത്. ദൈവ ങ്ങൾ ഉണ്ടെങ്കിൽ തീർച്ചയായും അവർ പാലാഴി മഥനം ചെയ്തെ ടുത്ത അമൃത് ഉണ്ടാകേണ്ടതല്ലേ. യഥാർത്ഥത്തിൽ രോഗങ്ങൾ വരാതെ സൂക്ഷിച്ചാൽ ഔഷധങ്ങൾ സേവിക്കുകയും ചികിത്സ തേടുകയും ചെയ്യേണ്ട കാര്യമില്ലല്ലോ. അങ്ങനെ രോഗങ്ങൾ വരാ തിരിക്കണമെങ്കിൽ എന്തുചെയ്യണം ? ചിട്ടയായ ജീവിതരീതികൾ, ശരിയായ ഭക്ഷണം, യോഗ, വ്യായാമം, ശരിയായ ശുചിത്വം എന്നിവ പാലിക്കണം. നമ്മൾ അത് പാലിക്കാതെ വരുമ്പോഴാണ് രോഗങ്ങൾ നമുക്ക് പിടിപെടുന്നതും, നമ്മൾ വഴി അത് മറ്റുള്ള വർക്ക് പകരുന്നതും മഹാമാരികളായി അവ ആയിരക്കണക്കിന് ആളുകളെ കൊന്നൊടുക്കുന്നതും.

ഒരു കടലോര ഗ്രാമം. അവിടെ കർണ്ണ-നയന കഠോരങ്ങ ളായ സംഭവങ്ങളാണ് നടക്കുന്നത്. ആ ഗ്രാമത്തിലെ എല്ലാപേരും രോഗികൾ. അതുകൊണ്ടുതന്നെ ആ ഗ്രാമത്തെ നമുക്ക് 'നോയ് പുരം' എന്ന് വിളിക്കാം. 'നോയ്' എന്നാൽ തമിഴിൽ 'രോഗം'

എന്ന് അർത്ഥം. ഗ്രാമവാസികളെല്ലാം രോഗികളാകുമ്പോൾ തീർച്ചയായും 'നോയ് പുരം' ചേർന്ന പേരു തന്നെ.

പലർക്കും പലവിധ രോഗങ്ങൾ ഭൂരിഭാഗം മനുഷ്യർക്കും ഉദരരോഗങ്ങൾ, ത്വക്ക് രോഗങ്ങൾ, മൂത്രാശയ സംബന്ധമായവ, കാഴ്ചയ്ക്കു പ്രശ്നമുള്ളവർ അങ്ങനെ പോകുന്നു. എല്ലാപേരും പലതരത്തിലുള്ള ചികിത്സകൾ നടത്തുന്നു. ആയുർവേദം, അലോപ്പതി, ഹോമിയോപ്പതി, യൂനാനി, സിദ്ധവൈദ്യം അങ്ങനെ പലവിഭാഗങ്ങളിലും മാറി മാറി പരീക്ഷിച്ചുനോക്കുന്നു. ഔഷധ നിർമ്മാണശാലകളും, ഔഷധ വിൽപ്പനക്കാരും, വിവിധ ഭാഗങ്ങളിൽപ്പെട്ട ഭിക്ഷഗ്വരന്മാരും ഈ വകയിൽ ധാരാളം ധനം സമ്പാദിച്ചുകൊണ്ടേയിരുന്നു. ഔഷധ നിർമ്മാണശാലകളിലെ തൊഴിലാളികൾ രാവും പകലും കഠിനാദ്ധ്വാനം ചെയ്ത് അവരുടെ ഉല്പാദനം വർദ്ധിപ്പിച്ചുകൊണ്ടിരുന്നു. കാരണം വിപണിയുടെ ആവശ്യവും സാധ്യതയും അത്രയ്ക്ക് വലുതായിരുന്നു. ഔഷധ കച്ചവടസ്ഥാപനങ്ങളും രാവും പകലും പ്രവർത്തിച്ചു. ഭിക്ഷഗ്വരന്മാർ ഊണും ഉറക്കവും ഉപേക്ഷിച്ച് സദാരോഗികളെ കാത്തിരുന്നു. കാരണം കാറ്റുള്ളപ്പോഴല്ലേ തൂറ്റാൻ പറ്റൂ. ആതുരസേവനുമായി ബന്ധപ്പെട്ടവരെല്ലാം ആ വർഷം സർക്കാരിലേയ്ക്ക് റെക്കോർഡ് നികുതിയാണ് അടച്ചത്. അങ്ങനെ സർക്കാരുകളും നേട്ടങ്ങളുണ്ടാക്കി. വിവിധങ്ങളായ മാധ്യമങ്ങളും അവരവരുടെ യുക്തിക്കനുസരിച്ചുള്ള രോഗബാധിതരുടെ കണക്കുകൾ നിരത്തി. ഈ പ്രതിഭാസത്തെപ്പറ്റി പ്രത്യേക പതിപ്പുകൾ പുറത്തിറക്കി. അങ്ങനെ ഒരു കൂട്ടരുടെ ശാപം മറ്റൊരു കൂട്ടരുടെ അനുഗ്രഹമായി മാറി. പക്ഷേ എത്രയൊക്കെ ഔഷധങ്ങൾ സേവിച്ചിട്ടും ഔഷധങ്ങളുടെ അളവിലും കീശയിലെ കാശിന്റെ അളവിലും കുറവു വന്നു എന്നല്ലാതെ അവരുടെ രോഗങ്ങളിൽ യാതൊരു കുറവും വന്നില്ല.

ഇതൊന്നുമല്ലാതെ വൻനേട്ടം സ്വന്തമാക്കിയ വേറൊരു കൂട്ടർ കൂടി ഉണ്ടായിരുന്നു. വിവിധങ്ങളായ ആരാധനാലയങ്ങൾ. അവരുടെ ഭണ്ഡാരപ്പെട്ടികൾ നിറഞ്ഞു കവിഞ്ഞു. പലരും ചെറിയ ഭണ്ഡാരപ്പെട്ടികൾ പൊളിച്ച് പുതിയ വലിയ ഭണ്ഡാരങ്ങൾ പണി

കഴിപ്പിച്ചു. വഴിപാടുകളും, അർച്ചനകളും, ഹോമങ്ങളും വഴി ധാരാളം ധനം കുമിഞ്ഞു കൂടി. ശരീരത്തിൽ ധരിക്കാൻ പലതരം യന്ത്രങ്ങളും തകിടുകളും എഴുതി നൽകി ജ്യോതിഷികളും ധാരാളം പണം സമ്പാദിച്ചു. സാധ്യമായ എല്ലാ ഭൗതീകരീതികളും പരീക്ഷിച്ച് ഹതാശരായ പാവങ്ങൾക്ക് ആത്മീയ മാർഗ്ഗങ്ങളും ശാപമോക്ഷവും നൽകിയില്ല. അവർ മുതലെടുക്കപ്പെടുകയാണന്നറിഞ്ഞിട്ടും ബോധപൂർവ്വം തന്നെ വീണ്ടും വീണ്ടും ഇവറ്റകൾക്കു വശംവദരായി കൊടുത്തുകൊണ്ടിരുന്നു.

അങ്ങനെയിരിക്കെ നോയ് പുരത്ത് ഒരു മഹാ സംഭവം നടന്നു. എങ്ങുനിന്നോ ഒരു മഹായോഗി ആശ്രമത്തിൽ എത്തിച്ചേർന്നു. യോഗി എന്നു പറയണോ അതോ സിദ്ധൻ എന്നു പറയണോ എന്നറിയില്ല. ഇതെല്ലാം ചേർന്ന ഒരാൾ. ഗംഭീരമായ നരച്ച താടി നീട്ടി വളർത്തിയിട്ടുണ്ട്. കാവി വസ്ത്രം, മേലാകെ ഭസ്മക്കുറികൾ, ഉൽക്കൃഷ്ടമായ രുദ്രാക്ഷമാലകൾ ധാരാളം അണിഞ്ഞിട്ടുണ്ട്. ചേതസ്സാർന്ന മുഖവും കനിവൂറുന്ന കണ്ണുകളും. ഗ്രാമത്തിൽ തങ്ങളുടെ ഭാവനയ്ക്കനുസരിച്ചുള്ള പല കഥകളും പരന്നു. അദ്ദേഹം മഹാ വൈദ്യനായ ധന്വന്തരിയാണെന്നും, ഹിമാലയ സാനുക്കളിൽ തപസ് അനുഷ്ഠിച്ചിരുന്ന മഹാ യോഗിയാണെന്നും എന്തിന് അശ്വനീദേവകൾ ഒന്നായി അവതാരം കൊണ്ടുവന്നതാണെന്നും വരെ കഥകളുണ്ടായി. എങ്കിലും അദ്ദേഹം ഇവയിലേതെങ്കിലും ഒന്ന് അംഗീകരിക്കുകയോ, നിരസിക്കുകയോ ചെയ്തില്ല. ശാന്തമായി സദാപുഞ്ചിരി തൂകി തന്റെ ഭാണ്ഡവുമിറക്കി വച്ച് ആൽമരത്തണലിൽ ഇരുന്നു.

കാവി വസ്ത്രം ധരിച്ച് രുദ്രാക്ഷവും ഭസ്മവുമണിഞ്ഞ അദ്ദേഹത്തിനുമേൽ അവകാശവുമായി ഹൈന്ദവ സംഘടനകൾ വന്നു. എന്നാൽ മറ്റു സംഘടനകൾ എതിർവാദങ്ങളുമായി രംഗത്തെത്തി. കാവിയുടുത്തതുകൊണ്ടോ, ഭസ്മവും രുദ്രാക്ഷവുമണിഞ്ഞതുകൊണ്ടോ ഒരാൾ ഹിന്ദു ആകണമെന്നില്ല. സർവ്വസംഘപരിത്യാഗികളായ ആർക്കും ഒരു ഹിന്ദുവിനോ, മുസൽമാനോ, ക്രിസ്ത്യാനിക്കോ ആർക്കും കാവിയുടുക്കാം. ഭസ്മവും രുദ്രാക്ഷവുമണിയാം. അത് ആർഷഭാരസംസ്കാരത്തിന്റെ ഭാഗമാണ്. ഇവയൊക്കെ

പ്രതീകവൽക്കരിക്കുന്നത് ചില തൽപ്പരകക്ഷികളാണ്. ആധുനിക കാലഘട്ടത്തിൽ അവനവന്റെ വയറ്റുപ്പിഴപ്പിനാണ്. യഥാർത്ഥ ത്തിൽ ഹിന്ദുമതം എന്നൊന്നുണ്ടോ. അല്ലെങ്കിൽ മതം എന്നു പറ യുന്നതെന്താണ്. 'മതം' എന്നാൽ 'അഭിപ്രായം' എന്നു മാത്രമേ അർത്ഥമുള്ളൂ. ഹിന്ദു എന്നത് സിന്ധൂനദീതട സംസ്കാരത്തിൽ നിന്നും സിന്ധു ലോപിച്ചുണ്ടായതാണ്. അപ്പോൾ 'ഹിന്ദുമതം' എന്നത് സിന്ധൂനദീതടവാസികളുടെ 'അഭിപ്രായം' എന്നു മാത്രമേ അർത്ഥമാകുന്നുള്ളൂ. ക്രിസ്തുവിന്റെ അഭിപ്രായം ഉൾക്കൊണ്ടവർ ക്രിസ്ത്യാനികളും നബിയുടെ അഭിപ്രായം അനുസരിച്ചവർ ഇസ്ലാ മുകളുമായി. എല്ലാ മഹത് വ്യക്തികളുടെയും അഭിപ്രായങ്ങൾ അനാചാരങ്ങൾക്കും മുതലെടുപ്പുകൾക്കും എതിരേയും മാനവകു ലത്തിന്റെ നന്മയ്ക്കുവേണ്ടിയും ആയിരുന്നു. എന്നാൽ ഇന്ന് മത ങ്ങൾ അഥവാ അഭിപ്രായങ്ങൾ തന്നെ മനുഷ്യൻ അനാചാര ങ്ങൾക്ക് ആയുധമാക്കുന്നു. എല്ലാ മതങ്ങളും നന്മയ്ക്കുവേണ്ടിയാ ണല്ലോ. അപ്പോൾ ലക്ഷ്യം ഒന്നുതന്നെയാണ്. 'നന്മ'. അങ്ങനെ അഭിപ്രായങ്ങൾ തമ്മിൽ ഐക്യം ഉണ്ടാവുകയാണ് വേണ്ടത്. അല്ലെങ്കിൽ നാശത്തിനേ കാരണമാകൂ.

അങ്ങനെ നോയ് പുരത്തിലെ മാറാ രോഗികൾ അവസാന ആശ്രയമെന്ന പോലെ ആൽമരത്തണലിലെത്തി അദ്ദേഹത്തെ കണ്ടു കാര്യം പറഞ്ഞു. അദ്ദേഹം പറഞ്ഞു. "എനിക്കു കാര്യം മന സ്സിലായി. ഓരോരുത്തരെയായി പരിശോധിച്ച് ഞാൻ ഒരു ഒറ്റമൂലി തരാം. അത് ഒരു വലിയ കോപ്പനിറയെ വെള്ളത്തിൽ അലിയിച്ച് സേവിക്കണം."

അങ്ങനെ ജാതിമതഭേദമന്യേ രോഗികൾ അവിടേയ്ക്ക് ഒഴുകി. അദ്ദേഹം ഓരോരുത്തരെയായി നാഡിമിടിപ്പും, വായ് തുറ ന്നും, വയറ്റത്ത് മുട്ടിനോക്കിയും, നെഞ്ചിൽ ചെവിചേർത്തും വിശദ മായി പരിശോധിച്ചു. പിന്നെ ഓരോ രോഗികൾക്കും ഗുളിക രൂപ ത്തിലുള്ള ഒറ്റമൂലികൾ നൽകി ചിലരോട് ഒരുദിവസം പത്ത്, ചിലർക്ക് എട്ട്, ആറ് എന്നിങ്ങനെ ഒരുനേരം ഒരെണ്ണം വച്ച് ഒരു കോപ്പ വെള്ളത്തിൽ അലിയിച്ച് കഴിക്കാൻ നിർദ്ദേശിച്ചു. ഗുളിക തീരുമ്പോൾ വീണ്ടും വന്നു കാണണമെന്നും നിർദ്ദേശിച്ചു.

ദിവസസങ്ങൾ കടന്നുപോകവേ പലരിലും പ്രകടമായ മാറ്റങ്ങൾ കണ്ടുതുടങ്ങി. അഭൂതപൂർവ്വമായ രീതിയിൽ പലരും രോഗശാന്തി നേടി. വൻകിട കുത്തക ഔഷധനിർമ്മാണശാലകൾക്കും, വിവിധ ങ്ങളായ ഭിക്ഷഗ്വരന്മാർക്കും ഹാലിളകാൻ വേറെ വല്ലതും വേണോ. അവരുടെ വരുമാനം കുത്തനെ കുറഞ്ഞു. ഔഷധ വിൽപ്പനശാലകളിൽ ഉടമകൾ ഈച്ചയാട്ടി വിഷണ്ണരായിരുന്നു. അവർ ആ മഹാനായ മനുഷ്യനെ, കാശുവാങ്ങാതെ ചികിത്സിക്കുന്ന ആ പാവത്തിനെ വർഗ്ഗശത്രുവായി കണ്ടു. അവർ അദ്ദേഹത്തെ പലരീതിയിൽ ഉപദ്രവിക്കാൻ ശ്രമിച്ചു. പലതരം അപവാദ പ്രചാരങ്ങൾ അഴിച്ചുവിട്ടു. പക്ഷേ ജനങ്ങൾ അദ്ദേഹത്തോടൊപ്പം നിന്നു. ഒരുവേള രാത്രിയിൽ അദ്ദേഹത്തെ ബൂർഷ്വകൾ പിടിച്ചുകെട്ടി കടലിൽ താഴ്ത്തി കൊല്ലുവാൻ ശ്രമിച്ചു. ഭാഗ്യത്തിന് അന്ന് ഗ്രാമവാസികളായ മത്സ്യത്തൊഴിലാളികൾ അദ്ദേഹത്തെ രക്ഷിച്ചു.

ഒരു നിവൃത്തിയും ഇല്ലാതായപ്പോൾ അവർ അദ്ദേഹത്തെ നിയമപരമായി നേരിട്ടു. അവർ അദ്ദേഹത്തിനെതിരെ അധികാരികൾക്ക് പരാതി നൽകി. അദ്ദേഹം ഒരു വ്യാജ വൈദ്യനാണെന്നും, ഒരു സ്ഥാപനങ്ങളുടെയും അംഗീകാരമോ ബിരുദങ്ങളോ അദ്ദേഹത്തിനില്ലായെന്നും മെല്ലെ മെല്ലെ മനുഷ്യനെ കൊല്ലുന്ന കറുപ്പ് ചേർന്ന വിഷമാണ് അദ്ദേഹം രോഗികൾക്ക് നൽകുന്നതെന്നും, കള്ളനാണെന്നും, രാജ്യദ്രോഹി, വിദേശ ചാരൻ, തീവ്രവാദി എന്നുവരെ പരാതിയിൽ അവർ ആരോപിച്ചിരുന്നു. പരീക്ഷണശാലകളിൽ നിന്നും മരുന്നു പരിശോധിക്കാൻ വിദഗ്ധരടക്കം അദ്ദേഹത്തെ വിലങ്ങുവയ്ക്കാൻ നിയമപാലകരെത്തി. ജനങ്ങൾ അവർക്കെതിരെ ഉപരോധം തീർത്ത് അദ്ദേഹത്തിന് സംരക്ഷണം നൽകി. അദ്ദേഹം ജനങ്ങളോട് ശാന്തരാകുവാൻ സ്നേഹപൂർവ്വം നിർദ്ദേശിച്ചു. എന്നിട്ട് നിയമപാലകരോടായി പറഞ്ഞു.

“നിങ്ങൾക്ക് ഒരിക്കലും എന്നെ വിലങ്ങു വയ്ക്കാനോ തുറങ്കിലടയ്ക്കാനോ കഴിയില്ല. എനിക്ക് അംഗീകാരങ്ങളും ബിരുദങ്ങളും ഇല്ല എന്നത് ശരി തന്നെ. പക്ഷേ ഞാൻ ഈ ജനങ്ങൾക്ക് നൽകിയത് കറുപ്പോ, വിഷമോ ഒന്നുമല്ല. വെറും കസ്തൂരി ഗുളികകളാണ്.” ഇതുകേട്ടു നിന്ന എല്ലാപേരും ഞെട്ടി. വെറും കസ്തൂരി

ഗുളികകളോ. അസംഭവ്യം. വെറും കസ്തൂരി ഗുളികകൾ കൊണ്ട് ഇമ്മാതിരി രോഗങ്ങളൊന്നും ഭേദമാവില്ല. ബൂർഷ്വകൾ ഒച്ചവച്ചു. അവർ ആ ഗുളികകൾ പരീക്ഷണശാലകളിൽ നിന്നും വന്ന വരെക്കൊണ്ട് പരിശോധിപ്പിച്ചു. കൂലംങ്കഷമായ പരിശോധന കൾക്കുശേഷം അവർ പറഞ്ഞു. ശരിയാണ് ഇത് കസ്തൂരി ഗുളിക കൾ തന്നെ. പലവിധമായ ആശ്ചര്യങ്ങളുടെയും സംശയങ്ങളുടേ തുമായ ഒരാരവം ജനങ്ങൾക്കിടയിലുണ്ടായി. അവർ അദ്ദേഹ ത്തോട് ചോദിച്ചു. വെറും കസ്തൂരി ഗുളികകൾ കൊണ്ട് എങ്ങനെ യാണ് അങ്ങ് ഞങ്ങളുടെ അസുഖം ഭേദമാക്കിയത്. അദ്ദേഹം പുഞ്ചിരിയോടെ പറഞ്ഞു. "ഞാൻ നിങ്ങൾക്കു നൽകിയ ആ ദിവ്യ ഔഷധം കസ്തൂരി ഗുളികയല്ല. അത് ചേർത്ത് കഴിക്കാൻ പറഞ്ഞ വെള്ളമാണ്. വെറും പച്ചവെള്ളം." വീണ്ടം ആശ്ചര്യത്തിന്റേതായ ആരവമുണ്ടായി. അദ്ദേഹം തുടർന്നു.

"ഓരോ ഗുളികയും ഓരോ കോപ്പ വെള്ളത്തിൽ അലിയിച്ച് ദിവസവും ഏഴോ, എട്ടോ ഗുളികകൾ നിങ്ങൾ സേവിച്ചപ്പോൾ അത്രയും തന്നെ കോപ്പ വെള്ളം നിങ്ങളുടെ വയറ്റിലെത്തി. ധാരാളം രോഗങ്ങൾക്കുള്ള പ്രതിവിധിയാണ് ശുദ്ധജലം. നമ്മൾ ധാരാളം വെള്ളം കുടിച്ചുകൊണ്ടിരുന്നാൽ ഒരുവിധപ്പെട്ട ത്വക്ക് രോഗങ്ങളോ ഉദരരോഗങ്ങളോ, മൂത്രാശയരോഗങ്ങളോ, നിർജ്ജ ലീകരണമോ നമുക്ക് വന്നു ഭവിക്കില്ല. വെറും വെള്ളം കുടിക്കാൻ പറഞ്ഞാൽ നിങ്ങളാരും വിശ്വസിക്കുകയുമില്ല. അനുസരിക്കുകയു മില്ല. അതിനാലാണ് മഹത്തായ ഒറ്റമൂലി എന്ന വ്യാജേന കസ്തൂരി ഗുളിക തന്ന് വെള്ളത്തിൽ അലിയിച്ച് സേവിക്കാൻ പറഞ്ഞത്. അമൃതിനെക്കുറിച്ച് നിങ്ങൾ എല്ലാപേരും പുരാണങ്ങളിൽ വായിച്ചി ട്ടില്ലേ. പാലാഴി മഥനം ചെയ്തെടുത്ത ദിവ്യ ഔഷധം. സത്യത്തിൽ ഈശ്വരൻ നമുക്ക് നൽകിയ അമൃതാണ് നമ്മൾ വിലയില്ലാതെ പാഴാക്കിക്കളയുന്ന ശുദ്ധജലം. ആ ദിവ്യ ഔഷധത്തിന്റെ പ്രാധാന്യം മനസ്സിലാക്കി പാഴാക്കിക്കളയാതെ അതിന്റെ ഉറവിട ങ്ങൾ സംരക്ഷിക്കുകയും ഭാവിതലമുറയ്ക്കുവേണ്ടി കാത്തുവ യ്ക്കുകയും വേണം". ജനങ്ങളെല്ലാം അത്ഭുതാദരങ്ങളോടെ അദ്ദേ ഹത്തിന്റെ വാക്കുകൾ കേട്ടു നിന്നു.

"നിങ്ങൾക്കേവർക്കും എല്ലാം ശരിയായ അർത്ഥത്തിൽ മന സ്സിലായിട്ടുണ്ടാവുമെന്ന് കരുതുന്നു. ഇനി ഇത് 'നോയ് പുരം' അല്ല കിലുകിലാരവം പൊഴിക്കുന്ന 'നൂപുരം ഗ്രാമമാണ്." നിങ്ങൾ ഏവർക്കും എല്ലാവിധ മംഗളങ്ങളും ഭവിക്കട്ടെ."

രണ്ടു കൈകളും ഉയർത്തി ജനത്തെ അനുഗ്രഹിച്ചശേഷം തന്റെ ഭാണ്ഡവുമെടുത്ത് തോളത്തിട്ട് അദ്ദേഹം തന്റെ ദേശാടനം തുടർന്നു.

✿ ✿ ✿

സബ് ജയിലിനു മുന്നിലെ പെൺകുട്ടി

ഭാര്യ കലണ്ടറിൽ മാർക്ക് ചെയ്ത് വച്ചിരുന്നു. 'നവംബർ-9.' ജന്മജിനം. അത് ഞാൻ കണ്ടിരുന്നുവെങ്കിലും ആരുടെ ജന്മദിനമാ ണെന്ന് അറിയില്ലായിരുന്നു. തലേന്ന് രാത്രി നാളെ രാവിലെ അമ്പ ലത്തിൽ പോകണം എന്ന് പറഞ്ഞപ്പോഴാണ് അത് എന്റെ ജന്മദിന മാണെന്ന് എനിക്ക് മനസ്സിലായത്. എന്റെ ഓർമ്മയിൽ ഞാൻ എന്റെ ജന്മദിനങ്ങൾ ആഘോഷിച്ചിട്ടേയില്ല. ചെറുപ്പത്തിലേ അച്ഛനും അമ്മയും ആഘോഷിച്ചുകാണണം. അതെനിക്ക് ഓർമ്മ യുമില്ല. വർഷങ്ങളായി ജന്മദിനം ആഘോഷിക്കാത്തതു കാരണം ആ ദിനം മറവിയിലുമായി. ഔദ്യോഗിക രേഖകളിൽ, ജന്മദിനമായി വരുന്നത് മെയ് 30-ആണ്. അന്ന് പള്ളിക്കൂടത്തിൽ ചേർക്കു ന്ന തിന് സൗകര്യമായി ഒരു തീയതി വച്ചതാണ്. ആ കാലഘട്ടത്തിൽ മിക്കവരുടെയും ജന്മ മാസം മെയ് ആയിരിക്കും. കാരണം പള്ളിക്കൂ ടത്തിൽ ചേർക്കുമ്പോൾ പ്രായത്തിലുള്ള ഏറ്റക്കുറച്ചിലുകൾ പരി ഹരിക്കാനാണ്.

എന്റെ ജന്മദിനം ഓർത്തുവയ്ക്കാൻ പ്രാധാന്യമുള്ളതായി എനിക്കു തോന്നിയിട്ടില്ല. ഓർത്തുവച്ചിട്ട് എന്തിനാണ്; ഞാൻ മഹാ ത്മാഗാന്ധിയോ, മദർ തെരേസ്സയോ അതുപോലെ മഹത്തായ മറ്റൊരു വ്യക്തിത്വമോ അല്ലല്ലോ, ജന്മദിനം ഓർത്തുവച്ച് ആഘോ ഷിക്കാൻ. ഈ ഭൂഗോളത്തിൽ ജനിച്ചു ജീവിച്ചു മരിച്ചുപോകുന്ന കോടിക്കണക്കിന് മനുഷ്യജീവികളിൽ ഒരുവൻ. അല്ലെങ്കിൽ തന്നെ ഈ ജന്മദിനം ആഘോഷിക്കുന്ന ഏർപ്പാട് എനിക്കത്ര സ്വീകാര്യ മായി തോന്നിയിട്ടില്ല. ജനിച്ചു കഴിഞ്ഞ നാം ഓരോ നിമിഷവും

പിന്നെ മരണത്തിലേയ്ക്ക് അടുത്തുകൊണ്ടിരിക്കുകയാണ്. പിന്നിടുന്ന ഓരോ വർഷവും നാം മരണത്തിലേയ്ക്ക് അത്രയും വർഷം അടുത്തെത്തി എന്നാണ് സൂചിപ്പിക്കുന്നത്. അത് സന്തോഷത്തോടെ കേക്ക് മുറിച്ച് ആഹ്ലാദിക്കുന്നത് ഭ്രാന്തു തന്നെയല്ലേ ? ശരിക്കും ഘടികാരങ്ങൾ പോലും സമയ സൂചികകളല്ല, മരണ സൂചികകളാണ് എന്ന് കരുതുന്നവനാണ് ഞാൻ.

പിറ്റേന്ന് അമ്പലത്തിൽ പോയി നടത്തേണ്ട വഴിപാടുകളുടെ ഒരു നീണ്ടനിര ഭാര്യ പറഞ്ഞു. രക്തപുഷ്പാഞ്ജലി, മുഴുക്കാപ്പ്, നിറമാല, നീരാഞ്ജനം, പുഷ്പാഭിഷേകം, പാൽപ്പായസം, ചുറ്റുവിളക്ക്, ധാര .... എന്നിങ്ങനെ ഒരു കൂട്ടം പറഞ്ഞേൽപ്പിച്ച് അതിനുള്ള തുകയും കയ്യിൽ എൽപ്പിച്ചു. ഞാൻ പറഞ്ഞു.

“ഇത് വല്ലതും ആവശ്യമുള്ളതാണോ ? നിനക്ക് അത്രയ്ക്കു നിർബന്ധമാണെങ്കിൽ നമുക്ക് ഈ തുക ഏതെങ്കിലും അനാഥാലയത്തിന് സംഭാവന ചെയ്യാം. ആ പാവങ്ങൾക്ക് അത് ഉപകാരമാവും.”

“അത് പറ്റില്ല. ഭഗവാനുള്ളത് ഭഗവാന്. നമ്മുടെ സമയം അല്ലെങ്കിൽത്തന്നെ ശരിയല്ല. മാത്രവുമല്ല നിങ്ങൾക്കിപ്പോൾ ശനിയുടെ അപഹാരവുമാണ്. ദേവകളെ എപ്പോഴും പ്രീതിപ്പെടുത്തിത്തന്നെ നിർത്തണം.”

ഭാര്യ കർശനമായി പറഞ്ഞ് നിർത്തി. അവളുടെ തീരുമാനങ്ങൾ അങ്ങനെയാണ്. ഒരിക്കൽ തീരുമാനിച്ചാൽ പിന്നെ ഒരു നീക്കുപോക്കും സാധ്യമല്ല. എനിക്കിതുകേട്ട് ചിരി യാണ് വന്നത്. ഭഗവാന്മാർക്ക് കാശുകൊടുത്ത് പ്രീതിപ്പെടുത്തി നിർത്തിയാലേ അവർ നമ്മുടെ കാര്യത്തിൽ കാരുണ്യം കാണിക്കുകയുള്ളൂവത്രേ. ഇത് ഒരുതരം വ്യംഗ്യമായ ഭീഷണിയല്ലേ. ഭഗവാന് എന്തിനാ ആവശ്യത്തിലധികം പണം. എന്റെ അഭിപ്രായത്തിൽ രാജ്യത്തെ എല്ലാ ആരാധനാലയങ്ങളിലെയും ആവശ്യത്തിലധികമുള്ള പണം സർക്കാർ കണ്ടു കെട്ടണം. ആ പണം കൊണ്ട് നിരാലംബരും, ഭവനരഹിതരുമായിട്ടുള്ളവർക്ക് സഹായം ചെയ്യണം. വിദ്യാഭ്യാസം നൽകണം. കോളനികൾ പുനഃരുദ്ധരിക്കണം. കോടിക്കണക്കിനു വരുന്ന നിർധനരായിട്ടുള്ള രോഗികൾക്ക് സൗജന്യ ചികിത്സ നൽകണം. ചിലർ ഒരു കോടി രൂപ ചിലവഴിച്ച് ഭഗവാന് സ്വർണ്ണക്കിരീടം, സ്വർണ്ണ കൊടിമരം എന്നിവ പണിയുന്നു.

അത്രയും തുക മതി നൂറ് കുട്ടികൾക്ക് ഹൃദയ ശസ്ത്രക്രിയ ചെയ്യാൻ. അതുവഴി വിലപ്പെട്ട നൂറ് കുരുന്നു ജീവനുകൾ നമുക്ക് രക്ഷിക്കാൻ കഴിയും. സ്വർണ്ണക്കിരീടമോ, കൊടിമരമോ, ശ്രീകോ വിലോ, പൊൻകുരിശോ ഇല്ലെന്നു കരുതി ഈശ്വരന്മാരുടെ ശക്തി ക്ഷയിച്ചു പോവുകയൊന്നുമില്ല. നിത്യപൂജകൾക്കാവശ്യമായ തുക മാത്രം ആരാധനാലയങ്ങൾക്കു മതി.

കുറേ മനുഷ്യർ ഇങ്ങനെയാണ്. കൊള്ളയും കൊലയും, ചതിച്ചും, വഞ്ചിച്ചും സാധ്യമായ എല്ലാ കുത്സിതമാർഗ്ഗങ്ങളിൽ കൂടിയും ധാരാളം പണം സമ്പാദിച്ചു കൂട്ടും. എന്നിട്ട് മനസമാധാന ത്തിനുവേണ്ടി അതിന്റെ ചെറിയ ഒരംശം ഏതെങ്കിലും അമ്പലത്തി ന്റെയോ, പള്ളികളുടെയോ ഭണ്ഡാരങ്ങളിൽ കൊണ്ടുചെന്നു തള്ളും. അങ്ങനെ തന്റെ പാപങ്ങളിൽ ഈശ്വരനെ കൂടി പങ്കാളിക ളാക്കും. എന്നാലും അത് ഏതെങ്കിലും ദരിദ്രനുവേണ്ടി ചിലവാക്കു കയില്ല. സത്യത്തിൽ ഈ ലോകത്തിലെ എല്ലാ കോടീശ്വരന്മാരും തങ്ങളുടെ സമ്പത്തിന്റെ വളരെ ചെറിയൊരു അംശം മാത്രം ചിലവ ഴിച്ചാൽ ഈ ലോകത്ത് ദാരിദ്ര്യവും, കഷ്ടപ്പാടും, മറ്റു സാമ്പത്തിക ബുദ്ധിമുട്ടുകളും തീരാവുന്നതേയുള്ളൂ. ഭഗവാന്മാരെ ആരാധിക്കു ന്നതിലുമുണ്ട് പ്രത്യേകതകൾ. എല്ലാപേർക്കും പേരും പ്രശ സ്തിയും ധനവുമുള്ള മൂർത്തികളെ മതി. വലിയ പ്രൗഢിയുള്ള ആരാധനാലയങ്ങളിൽ ധാരാളം ഭക്തരെത്തും. ഭഗവാന്മാരിലുമു ണ്ട്, ദരിദ്രരും ധനികരും. ഞങ്ങളുടെ നാട്ടിൽ ഒരു ശ്രീകൃഷ്ണക്ഷേ ത്രമുണ്ട്. നിത്യപൂജയ്ക്കുള്ള സാമ്പത്തികശേഷി പോലുമില്ല. എന്നാൽ ഗുരുവായൂരോ ? അതും കൃഷ്ണന്റെ അമ്പലം തന്നെ. ഒരേ മൂർത്തികളായിട്ടും കൂടി ധനശേഷി കുറഞ്ഞ കൃഷ്ണനെ ആരാധിക്കാൻ ആരുമെത്തിയില്ല. ദിവസവും പാൽപ്പായസം മാത്രം കുടിക്കുന്ന ദേവന്മാരുമുണ്ട്. പാൽപ്പായസം പോയിട്ട് ദിവസം പഴ ങ്കഞ്ഞി കുടിക്കാൻ പോലും ശേഷിയില്ലാത്ത ദേവന്മാരുമുണ്ട്.

ഭാര്യ സദ്യവട്ടം ഒരുക്കുന്ന തിരക്കിലാണ്. "എനിക്ക് ഇവിടെ ഒരു നൂറുകൂട്ടം പണികളുണ്ട്. ക്ഷേത്രത്തിൽ നിങ്ങൾ ഒറ്റയ്ക്ക് പോയാൽ മതി."

"ഇതെന്താ ഇത്രയും കാലമില്ലാതെ ഇങ്ങനൊരാഘോഷം.

ഇത്രനാളും ജന്മദിനങ്ങളിൽ നീ ഒരു വഴിപാടും കഴിച്ചിട്ടില്ലല്ലോ" ?

"ഞാൻ പറഞ്ഞില്ലേ നിങ്ങളുടെ സമയം ജാതകവശാൽ മോശമാണെന്ന്."

അപ്പോൾ അതാണ് കാര്യം. ഈ പാവത്തിനെ ഏതോ ജ്യോത്സ്യൻ കവടി നിരത്തി പറഞ്ഞു പറ്റിച്ചിരിക്കുന്നു. "ബൈക്ക് വർക്ക്ഷോപ്പിലാണ് എങ്ങനെ പോകും" ? ഞാൻ ഒഴിവു കഴിവു കൾ പറഞ്ഞുനോക്കി.

"നടന്ന് പോയാൽ മതി. അല്ലെങ്കിൽത്തന്നെ തടികൂടിവരിക യാ. രാവിലെ എഴുന്നേറ്റ് നടക്കാൻ പോകാൻ പറഞ്ഞാലോ കേൾക്കില്ല. വല്ലപ്പോഴും അമ്പലത്തിലേയ്ക്കെങ്കിലും നടന്നു പോകാൻ വയ്യെന്നായോ ?"

അടുക്കളയിലെ തിരക്കുകൾക്കിടയിൽ നിന്ന് അവൾ അരിശം പൂണ്ട് വിളിച്ചു പറഞ്ഞു. എന്റെ തന്ത്രം വിലപ്പോയില്ല. ഇനിയിപ്പോൾ പോയേ പറ്റൂ.

ഓരോന്നോർത്ത് അങ്ങനെ അമ്പലത്തിലേയ്ക്ക് വച്ചുപിടി ക്കുകയാണ്. സബ്ജയിലിനു മുന്നിലൂടെയാണ് അമ്പലത്തിലേ യ്ക്കുള്ള വഴി. സബ്ജയിലിനു മുന്നിലെത്തിയപ്പോഴാണ് മുന്നിൽ ഒരു പത്തു പന്ത്രണ്ട് വയസ്സ് പ്രായമുള്ള പെൺകുട്ടി. എളിയിൽ ഒരു ആൺകുഞ്ഞിനെയുമെടുത്തിട്ടുണ്ട്. അവളുടെ അനുജനാണെന്ന് തോന്നുന്നു. എണ്ണ എന്ന വസ്തു തൊട്ടിട്ടേയില്ലാതെ ചെമ്പിച്ച് പാറിപ്പറന്ന തലമുടി, മുഷിഞ്ഞ വസ്ത്രങ്ങൾ, സായിബാബയുടെ ചിത്രമുള്ള ലോക്കറ്റ് കറുത്ത ചരടിൽ കോർത്ത് കഴുത്തിലിട്ടിരി ക്കുന്നു. അത് രണ്ടുപേരുടെയും കഴുത്തിലുണ്ട്. കയ്യിൽ കാവി നിറ ത്തിലുള്ള നിറം മങ്ങിയ രാഖി. അവളെന്റെ മുന്നിൽ നിന്ന് കൈ നീട്ടി ഭിക്ഷ യാചിച്ചു.

"ഭഗവാൻ കേലിയേ ഏക് റുപ്പയാ ദോ സാബ്."(ഈശ്വരനെ ഓർത്ത് ഒരു രൂപ തരൂ സർ).

അരയിലിരുന്ന കുഞ്ഞ് ദയനീയമായ നോട്ടത്തിലൂടെ മാത്രം യാചിച്ചു. അവൻ താഴെ വീഴാതിരിക്കാൻ ഒരു ഉറപ്പിനെന്നോണം അവളുടെ ഉടുപ്പിൽ ബലമായി പിടിച്ചിട്ടുണ്ട്. അവൾ

എനിക്കു മുന്നേ നടന്നുപോയ ആൾക്കാരോടും ഇതേ ചോദ്യം ആവർത്തിക്കുന്നുണ്ടായിരുന്നു. എന്നാൽ ആരും കാശ് കൊടുക്കുന്നതുമാത്രം കണ്ടില്ല. അവളുടെ ദയനീയമായ ഭാവവും ചോദ്യവും എന്നിൽ അനുകമ്പ ഉണർത്തിയെങ്കിലും ഞാൻ കർക്കശ സ്വരത്തിൽ ചോദിച്ചു.

"എന്തിനാ കാശ്. ഭക്ഷണം കഴിക്കാനാണോ"?

"അല്ല സാബ്, ഞങ്ങളുടെ അച്ഛനെ കാണാൻ വേണ്ടിയാണ്".

"അച്ഛനെ കാണാൻ കാശോ എന്തിന്"?

എനിക്ക് അത്ഭുതം തോന്നി. തൊട്ടടുത്ത് ഒരു കിഴവി ഇരുന്ന് ചുമയ്ക്കുന്നുണ്ടായിരുന്നു. ആ പെൺകുട്ടി ഓടിച്ചെന്ന് ഏങ്ങി ഏങ്ങി ചുമയ്ക്കുന്ന അവരുടെ മുതുക് തിരുമ്മിക്കൊടുത്തു. അവരെക്കണ്ടാൽ തന്നെ വേഷഭൂഷകളിൽ നിന്ന് ഒരു ഉത്തരേന്ത്യാക്കാരി ആണെന്ന് തിരിച്ചറിയാം. ഞാൻ അടുത്തേയ്ക്കു ചെന്നു.

"എന്താ സുഖമില്ലേ. ആശുപത്രിയിലോ മറ്റോ പോകണോ ?"

അവരുടെ ദയനീയ അവസ്ഥ കണ്ടാൽ ആരും അങ്ങനെ ചോദിച്ചു പോകും. അവർക്ക് സംസാരിക്കാൻ പറ്റിയില്ല. വേണ്ടെന്ന് കൈ കൊണ്ട് ആഗ്യം കാണിച്ചു. ഞാൻ ചോദിച്ചു.

"എന്തിനാ അച്ഛനെ കാണാൻ കാശ് കൊടുക്കുന്നത് ? കാര്യം പറയൂ. ഞാൻ സഹായിക്കാം."

കിഴവി ചുമയ്ക്കുന്നതിനിടയിലും പെൺകുട്ടിക്കു നേരെ പറയൂ എന്ന അർത്ഥത്തിൽ ആഗ്യം കാട്ടി.

"സാബ്ജി, ഇതെന്റെ അച്ഛന്റെ അമ്മയാണ്. അച്ഛൻ ഇവിടുത്തെ ജയിലിലാണ്. അച്ഛനെ കാണാൻ വന്നതാണ് ഞങ്ങൾ. പക്ഷേ ആ വാതിൽക്കൽ കാവൽ നിൽക്കുന്ന സാബ് പറഞ്ഞു അദ്ദേഹത്തിന് നൂറു രൂപ കൊടുത്താലേ അച്ഛനെ കാണാൻ അനുവദിക്കുകയുള്ളൂ എന്ന്. ആ കാശ് ഒപ്പിക്കാനാണ് ഞാൻ ഇപ്പോൾ തെണ്ടുന്നത്. രാവിലെ മുതൽ ഞങ്ങളാരും ഒന്നും കഴിച്ചിട്ടില്ല. പക്ഷേ അതു സാരമില്ല. വിശപ്പിനേക്കാൾ ഞങ്ങൾക്ക് പ്രധാനം അച്ഛനെ കാണുക എന്നുള്ളതാണ്. വിശപ്പ് ഞങ്ങൾക്ക് ഒരു ശീലമായിരിക്കുന്നു."

എനിക്കാകെ അരിശവും സങ്കടവും ഒന്നിച്ചു വന്നു. തൊഴിൽ പത്രപ്രവർത്തനമായതിനാൽ കൈക്കൂലി, അഴിമതി എന്നൊക്കെ കേൾക്കുമ്പോൾ അറിഞ്ഞോ അറിയാതെയോ രക്തം ചൂടു പിടിച്ചി രുന്നു. ഞാൻ പെട്ടെന്ന് ശാന്തനായി അവരോട് പറഞ്ഞു.

"അച്ഛനെ ഞാൻ കാണിച്ചു തരാം. പക്ഷേ അതിനു മുമ്പ് നിങ്ങൾ എന്നോടൊപ്പം വരൂ."

ഞാൻ അവരേയും കൊണ്ട് ഒരു സസ്യഭോജന ശാലയി ലേയ്ക്ക് പോയി. ആഹാരം കണ്ടപ്പോൾ പാവം ആ ആൺകുട്ടി യുടെ കണ്ണിലെ തിളക്കം ദൈവത്തെ നേരിൽ കണ്ടതുപോലെ ആയിരുന്നു. ശരിക്കും ദൈവം തന്നെയല്ലേ ? വിശക്കുന്നവന്റെ മുന്നിൽ ദൈവം പ്രത്യക്ഷപ്പെടേണ്ടത് തീർച്ചയായും ആഹാര ത്തിന്റെ രൂപത്തിൽ തന്നെയാണ്. ആ പെൺകുട്ടിയുടേയും അവ ളുടെ അമ്മൂമ്മയുടേയും കണ്ണുകൾ മാത്രം നിറഞ്ഞിരുന്നു.

ആഹാരത്തിനുശേഷം ഞാൻ അവരേയും കൊണ്ട് നേരെ സബ്ജയിലിലേയ്ക്ക് പോയി. പോകുന്ന വഴിയിൽ എങ്ങനെയാണ് അച്ഛൻ ജയിലിലായതെന്നും മറ്റും ചോദിച്ചറിഞ്ഞു. അയാൾ ഒരു ചെരുപ്പ് കുത്തിയായിരുന്നു. തീവണ്ടി ഓഫീസിനു സമീപത്തായി രുന്നു സ്ഥിരമായി ഇരുന്നിരുന്നത്. മഹാരാഷ്ട്രയാണ് സ്വന്തം സ്ഥലം. ഇവിടെ താമസം പീടികത്തിണ്ണയിലാണ്. ഭാര്യ ആൺകു ഞ്ഞിന്റെ പ്രസവത്തോടെ മരിച്ചുപോയി. പോലീസുകാർ കഞ്ചാവ് കേസിൽ കുടുക്കിയാണ് അയാളെ അഴികൾക്കു പിറകിലാക്കിയത്. നഗര സൗന്ദര്യവൽക്കരണത്തിന്റെ ഭാഗമായി ഭിക്ഷക്കാരേയും കച്ച വടക്കാരേയും ഒഴുപ്പിക്കുകയായിരുന്നു അധികാരികൾ. അയാ ളോട് എത്ര പറഞ്ഞിട്ടും അയാൾ അവിടം വിട്ടുപോയില്ലത്രേ. അവിടം വിട്ട് എവിടെപ്പോകാനാണ്. അവിടെ ഇരിക്കുന്നതുകൊ ണ്ടാണ് അരിഷ്ടിച്ചെങ്കിലും ജീവിക്കാനുള്ള വക കിട്ടുന്നത്. ഒടു വിൽ അയാളെ ഒഴുപ്പിക്കാൻ പോലീസുകാർ കണ്ടുപിടിച്ച പണിയാ യിരുന്നു കഞ്ചാവ് കേസ്. കഞ്ചാവ് പൊതി അവർ തന്നെ കൊണ്ടു വന്ന് വച്ചിട്ട് അവർ തന്നെ കണ്ടെടുത്തു. അയാൾ പൊട്ടിക്കരഞ്ഞു കൊണ്ട് അവിടം വിട്ട് പൊയ്ക്കൊള്ളാമെന്ന് കാലുപിടിച്ചു പറ ഞ്ഞെങ്കിലും അവർ കേട്ടില്ല. അയാളെ വിട്ടാൽ അയാൾ വീണ്ടും

അവിടെ വന്നിരുന്ന് നഗര സൗന്ദര്യത്തിന് അഭംഗിയുണ്ടാക്കുമെന്ന് അവർ കണക്കുകൂട്ടി.

സബ്ജയിലിന്റെ പ്രവേശന കവാടത്തിലെത്തിയതും ഞാൻ പെൺകുട്ടിയോട് പറഞ്ഞു.

"നിങ്ങൾ ആദ്യം പോകൂ ഞാൻ പിന്നാലെ വരാം."

ഞാൻ നടത്തം സാവധാനത്തിലാക്കി. പെൺകുട്ടിയെ കണ്ടതും പോലീസുകാരൻ അവളോട് ഒച്ചയിട്ടു. "ഞാൻ പറഞ്ഞതല്ലേ ഇങ്ങോട്ട് വരരുതെന്ന്. ഞാൻ പറഞ്ഞത് കൊണ്ടുവന്നോ ?"

അന്നേരം ഞാൻ നടന്ന് അയാളുടെ മുന്നിലെത്തി. "നൂറു രൂപയല്ലേ ? ഞാൻ തന്നാൽ മതിയോ ?"

ഞാൻ നൂറുരൂപ എടുത്ത് അയാൾക്കു നേരെ നീട്ടി. അയാൾ കുറച്ചുനേരം എന്നെ സൂക്ഷിച്ചുനോക്കി. പെട്ടെന്ന് എന്നെ തിരിച്ച റിഞ്ഞ അയാളുടെ വെപ്രാളം കാണേണ്ടതു തന്നെയായിരുന്നു.

"അയ്യോ സർ ക്ഷമിക്കണം. ഞാൻ വെറുതേ ആ പെണ്ണി നോട് തമാശയ്ക്കു പറഞ്ഞതാണ്. സാർ ദയവു ചെയ്ത് പൊല്ലാ പ്പൊന്നും ഉണ്ടാക്കരുത്. കുടുംബം പട്ടിണിയായിപ്പോകും."

"നിങ്ങളുടെ കുടുംബം പട്ടിണിയാകാതിരിക്കാൻ ആ പട്ടിണി കിടക്കുന്ന പെൺകുട്ടിയുടെ ഭിക്ഷാ പാത്രത്തിൽത്തന്നെ കയ്യിട്ടു വാരണമായിരുന്നോ ? ഇനി ഇതിന്റെ പേരിൽ ജയിലിൽ കിടക്കുന്ന ആ കുട്ടിയുടെ അച്ഛനോട് കലി തീർക്കരുത്. എന്നാൽ കളി മാറും." ഞാൻ ഭീഷണിയുടെ സ്വരത്തിൽത്തന്നെ പറഞ്ഞു.

"അയ്യോ ഇല്ല സാർ. ഞാൻ ഈ സംഭവം ഇപ്പോൾത്തന്നെ മറന്നേക്കാം. നിങ്ങൾ അകത്തേയ്ക്ക് പൊയ്ക്കോളൂ." അയാൾ കനത്ത കവാടം തുറന്നു തന്നു.

അങ്ങനെ അവർ അയാളെ കണ്ടു. നന്നായി സംസാരി ക്കാനും പറ്റി. അവൾ എന്നെക്കണ്ടതും ഭക്ഷണം വാങ്ങിക്കൊടു ത്തതും എല്ലാം അയാളോട് പറഞ്ഞു. അയാൾ നിറഞ്ഞ കണ്ണുക ളോടെ എന്നെ നോക്കി നന്ദി പറഞ്ഞു.

"സാബ് കുട്ടികൾക്ക് ആരുമില്ല. താങ്കൾ ഭഗവാനെപ്പോലെ

അവരെ സഹായിച്ചു. നന്ദിയുണ്ട് സാബ്.” ഞാൻ അയാളോട് അയാളുടെ നിരപരാധിത്വം അധികാരികളെ ബോദ്ധ്യപ്പെടുത്താമെന്നും പുറത്തിറങ്ങാൻ എന്നാൽ കഴിയാവുന്ന എല്ലാ സഹായവും ചെയ്യാമെന്നും പറഞ്ഞു. ഇവരെ അടുത്തുള്ള ഒരാശ്രമത്തിൽ ആക്കാമെന്നും കുട്ടികൾക്ക് അവിടെ വിദ്യാഭ്യാസം ചെയ്യാനുള്ള സൗകര്യം കിട്ടുമെന്നും അമ്മയ്ക്ക് നല്ല ചികിത്സ ലഭിക്കുമെന്നും പറഞ്ഞ് അയാളെ സമാധാനപ്പെടുത്തി. ഒന്നുകൊണ്ടും വിഷമിക്കേണ്ട എന്നു പറഞ്ഞു ധൈര്യപ്പെടുത്തി.

ജയിലിനു പുറത്തെത്തി ആദ്യം ചെയ്തത് അതാണ്. അവരെ ആശ്രമത്തിലേയ്ക്ക് കൂട്ടിക്കൊണ്ടുപോയി. ആശ്രമ അധികാരിക്ക് എന്നെ നല്ലതുപോലെ അറിയാമായിരുന്നതുകൊണ്ട് എല്ലാം എളുപ്പത്തിൽ നടന്നു. കുട്ടികൾക്ക് താമസത്തിനും ഭക്ഷണത്തിനും വിദ്യാഭ്യാസത്തിനും ഉള്ള കാര്യങ്ങൾ അവർ ചെയ്തുകൊള്ളാമെന്ന് സന്തോഷത്തോടെ പറഞ്ഞു. മാത്രമല്ല ആ അമ്മയ്ക്ക് ചികിത്സയ്ക്കുവേണ്ട നടപടികൾ ഉടൻ കൈക്കൊള്ളുകയും ചെയ്തു. ആ പെൺകുട്ടി കണ്ണു രണ്ടും നിറച്ചുകൊണ്ട് എന്റെ കൈ രണ്ടും കവർന്ന് നെറുകയോട് ചേർത്തു. ആ ആൺകുട്ടിയുടെ കണ്ണുകളിൽ അപ്പോൾ ദയനീയമായ ഭാവം അല്ലായിരുന്നു. അവിടെ സന്തോഷത്തിന്റെ തിളക്കമായിരുന്നു എനിക്ക് കാണാൻ കഴിഞ്ഞത്. പെൺകുട്ടി കരച്ചിലോടെത്തന്നെ പറഞ്ഞു.

“ആപ് ഭഗവാൻ ജൈസാ നഹീം ഹൈ. ആപ് ഭഗവാൻ ഹീ ഹൈ. ആപ് കോ ഹം കഭീ നഹീ ഭൂലേഗാ.” (അങ്ങ് ഭഗവാനെപ്പോലെയല്ല. ഭഗവാൻ തന്നെയാണ്. ഞങ്ങൾ അങ്ങയെ ഒരിക്കലും മറക്കില്ല.)

എന്തിനെന്നറിയാതെ എന്റെ കണ്ണുകളും നിറഞ്ഞു. ഞാൻ അവരോട് യാത്ര പറഞ്ഞിറങ്ങി. അമ്പലങ്ങളുടെ നടയടച്ചു കാണും. ഇനിപ്പോയിട്ട് കാര്യമില്ല. അല്ലെങ്കിൽത്തന്നെ ഞാനിപ്പോൾ സ്വയം ഭഗവാനല്ലേ. അങ്ങനെയല്ലേ ആ കുട്ടി വിശേഷിപ്പിച്ചത്. ഭഗവാനെ കാണാൻ വീട്ടിൽ നിന്നിറങ്ങിയിട്ട് സ്വയം ഭഗവാനായി മാറിയ എന്റെ കാര്യം ഓർത്ത് എനിക്ക് ചിരിപൊട്ടി. എന്തായാലും ആയിരം വഴിപാടുകൾ ചെയ്യുന്നതിനേക്കാൾ സംതൃപ്തി

എനിക്ക് അപ്പോൾ തോന്നി. വീട്ടിൽ ചെന്നു കയറുമ്പോൾ സദ്യവട്ട ങ്ങൾ തയ്യാറായിരുന്നു.

"അമ്പലത്തിൽ ഭയങ്കര തിരക്കായിരുന്നു. അതുകൊണ്ട് പ്രസാദം വാങ്ങാൻ പറ്റിയില്ല."

ഞാനവളോട് ഗംഭീര നുണ തട്ടിവിട്ടു. എനിക്ക് മനസമാ ധാനം കിട്ടിയെങ്കിലും നടന്നത് നടന്ന പോലെ പറഞ്ഞാൽ അവ ളുടെ മനസമാധാനം പോകുമെന്ന് ഉറപ്പായിരുന്നു. അതിനാൽ ഞാൻ മറ്റൊന്നും തന്നെ സംസാരിക്കാൻ കൂട്ടാക്കാതെ നേരെ ഊണുമേശയുടെ അടുത്തേയ്ക്ക് നടന്നു.

✿ ✿ ✿

ആൽമാവ് അഥവാ ആത്മാവു മരം

ആൽത്തറയുടെ തണുപ്പിൽ നന്ദൻ മലർന്നു കിടന്നു. കൈ കൾ പിണച്ച് തലയിണയാക്കി കണ്ണുകൾ അടച്ച്. കണ്ണുകൾ തുറ ക്കാൻ കഴിയില്ല. കാരണം കാറ്റിലാടുന്ന ഇലച്ചാർത്തുകൾക്കിട യിൽ ഇടയ്ക്കിടെ ഒളിഞ്ഞുനോക്കുന്ന സൂര്യന്റെ പ്രകാശം മിന്നൽ എന്ന പോലെ കണ്ണുകളെ കുത്തി അടച്ചുകളയും. അതിനാൽ കണ്ണുകൾ അടച്ചുതന്നെ വച്ചു. പക്ഷേ അങ്ങനെ കിടക്കുമ്പോഴും സൂര്യപ്രകാശം പതിക്കുന്നത് അറിയാൻ കഴിയും. പ്രകാശം വീഴു മ്പോൾ അടഞ്ഞ കൺപോളകളിൽ ചുവന്ന നിറം തെളിയുന്നത് അതിനു താഴെയുള്ള   കൃഷ്ണമണികൾ പിടിച്ചെടുക്കുന്നുണ്ട്. 'ആൽത്തറ' എന്നു പറഞ്ഞുവല്ലോ. പക്ഷേ അതിനെ 'ആൽത്തറ' എന്നു പറയണോ 'മാന്തറ' എന്നു പറയണോ എന്ന് സംശയമാണ്. എന്തെന്നാൽ ആ വൃക്ഷം ഒരു മഹാൽഭുതമാണ്. ചുരുങ്ങിയ പക്ഷം ഗ്രാമനിവാസികൾക്കെങ്കിലും 'അതൊരു ആൽമാവ്' വൃക്ഷ മാണ്. ആലും മാവും തുടക്കമേത് തുടർച്ചയേത് ഒടുക്കമേത് എന്നു തിരിച്ചറിയാനാവാത്തവിധം പടന്ന് പന്തലിച്ച ഒരു വൃക്ഷം. എന്നാ ലും 'മാന്തറ' എന്ന ഒരു പ്രയോഗം ഇല്ലാത്തതിനാൽ അതിനെ നമുക്ക് ആൽത്തറ എന്നുതന്നെ വിളിക്കാം. അതിനെ ചുറ്റിപ്പറ്റി ധാരാളം കഥകളും (അതോ സത്യങ്ങളോ) ഉണ്ട്. അല്പം ഇടതു പക്ഷ ചിന്താഗതി ഉള്ളതുകാരണം നന്ദൻ എല്ലാം കഥകളും അഥവാ സത്യങ്ങൾ ഉണ്ടെങ്കിൽത്തന്നെ അതും വെറും കഥകളായി മാത്രം വിശ്വസിച്ചു. പക്ഷേ ഇടയ്ക്കിടയ്ക്ക് അയാളുടെ ഈ വിശ്വാ സങ്ങളെ ആൽമാവ് മരം ചിന്താകുഴപ്പത്തിലാക്കിയിരുന്നു.

ആ നാട്ടിൽ പരക്കെയുള്ള ഒരു വിശ്വാസമുണ്ട്. 'ആൽമാവ്' ഒരു ദിവ്യവൃക്ഷമാണെന്ന്. കാരണം അങ്ങനെയൊരു വൃക്ഷം അന്നാട്ടിലോ അയൽനാടുകളിലോ വേറെയില്ല. ആലും മാവും ഒറ്റ ത്തടിയായി ഒരുമിച്ച് ചേർന്ന് നിൽക്കുന്നവ. ഗ്രാമവാസികൾ ആ മരത്തെ 'ആൽമാവ് മരം' എന്ന് വിളിച്ചുപോന്നു. കാലക്രമേണ അതു ലോപിച്ച് 'ആത്മാവു മരം' എന്നായി തീർന്നു. ഇവ രണ്ടും രണ്ടല്ല ഒറ്റമരമാണെന്ന് അവർ വിശ്വസിച്ചിരുന്നു. അവ പൂക്കാറു മില്ല, കായ്ക്കാറുമില്ല. പറവകൾ അതിൽ കൂട് കൂട്ടാറില്ല. അവയുടെ ജനനവും ആർക്കും അറിയില്ല. ആ നാട്ടിലെ ഇപ്പോൾ വസിക്കുന്ന വരുടെ മുത്തശ്ശിമാരുടേയോ അവരുടെ മുത്തശ്ശിമാരുടെയോ കാലത്തും ആ മരം അങ്ങനെതന്നെ അവിടെയുണ്ടായിരുന്നു. അതുകൊണ്ടുതന്നെ ആ വൃക്ഷം ലോകാരംഭം മുതൽ അവിടെയു ള്ളതാണെന്ന് അവർ വിശ്വസിച്ചു പോന്നു. അവർ ലളിതമായി ചിന്തിക്കുന്നവരും പ്രവർത്തിക്കുന്നവരും ആയതുകൊണ്ടും വിശ്വാസങ്ങളെയും മൂല്യങ്ങളെയും അധിഷ്ഠിതമാക്കി ജീവിക്കു ന്നവരായതുകൊണ്ടും അവർക്ക് ആത്മാവ് മരത്തിന്റെ ദിവ്യത്വ ത്തിൽ വിശ്വസിക്കാനായിരുന്നു കൂടുതൽ ഇഷ്ടം. ഇനി വിശ്വാസ ത്തിന്റെ കാര്യം പറയാം. ആ മരത്തിൽ നിന്ന് ഒരില പൊഴിഞ്ഞാൽ ലോകത്ത് എവിടെയെങ്കിലും ഒരു മരണം നടക്കും. ആ മരത്തിലെ ഇലകൾ മുഴുവൻ ഈ ലോകത്തിലെ ആത്മാക്കളാണെന്ന് അവർ കരുതിപ്പോന്നു. വിശ്വസിച്ചാലും ഇല്ലെങ്കിലും അവരുടെ അനുഭവ ത്തിൽ അത് ഏറ്റവും വലിയ സത്യമായിരുന്നു. വീടുകളിൽ ആരെ ങ്കിലും രോഗബാധിതരായി കിടക്കുമ്പോഴും പ്രായം ചെന്ന ആൾക്കാരുള്ള വീട്ടുകാരും ഓരോ ചെറിയ കാറ്റുവീശുമ്പോൾ പോലും ഇലകളൊന്നും പൊഴിയരുതേ എന്ന് പ്രാർത്ഥിച്ചിരുന്നു. പലർക്കും ആ മരത്തോട് ഭയമോ, ഭക്തിയോ ഇതും രണ്ടും ചേർന്ന വികാരമോ ആയിരുന്നു. അല്ലെങ്കിലും ഭയവും ഭക്തിയും തമ്മിൽ വളരെ നേരിയ ഒരു അതിർവരമ്പേ ഉള്ളൂ. പലപ്പോഴും ഭക്തിയുടെ ഏറ്റവും പിന്നിലെ കാരണം ഭയവും ആയിരിക്കും. കുട്ടികൾ ഭയന്ന് ആ മരത്തിന് അരികിലേയ്ക്ക് പോലും പോയിരുന്നില്ല. അങ്ങനെ ആത്മാക്കളെ ശിരസിൽ വഹിച്ച് ഭയത്തിന്റെ കൊമ്പുകൾ ഇട

യ്ക്കിടെ കുലുക്കിക്കൊണ്ട് ആ ആദി മഹാവൃക്ഷം ആ ഗ്രാമത്തിൽ നിലകൊണ്ടു.

കഥകൾ ഒന്നും വിശ്വസിച്ചിരുന്നില്ലെങ്കിലും നന്ദനും ആ മരം ഒരു അത്ഭുതം തന്നെയായിരുന്നു. കാരണം സാധാരണ മര ങ്ങൾക്കൊന്നും ഇല്ലാത്ത പ്രത്യേകതകളായിരുന്നു ആ മരങ്ങൾക്ക്. ആ മരങ്ങൾ ഒരിക്കലും മഞ്ഞുകാലത്ത് ഇലകൾ പൊഴിച്ചിരുന്നില്ല. ധാരാളം ഇലകൾ പൊഴിയുന്ന ആ അവസരങ്ങളിൽ എന്തെങ്കിലും ദുരന്തങ്ങൾ ലോകത്ത് നടക്കാറുമുണ്ട്. പൂക്കാറുമില്ല, കായ്ക്കാറു മില്ല. ഇവയൊക്കെ അവനെ ചിന്താകുഴപ്പത്തിലാകുമ്പോഴൊക്കെ കഥകളെ വെറും കഥകളായിത്തന്നെ വിശ്വസിക്കാൻ അവൻ മന സിനെ ശാസിച്ചുകൊണ്ടിരുന്നു. നന്ദന്റെ മുത്തശ്ശി മരിച്ച ദിവസം അവന് നല്ല ഓർമ്മയുണ്ട്. അന്നും അവനിതുപോലെ ആൽത്തറ യിൽ മാനം നോക്കി കിടക്കുകയായിരുന്നു. മരണ വിവരം പറയാൻ അച്ഛൻ ആൽത്തറയിലേയ്ക്ക് ആളെ വിടുകയായിരുന്നു. അദ്ദേഹ ത്തിനറിയാം വീട്ടിലില്ലെങ്കിൽ അവൻ ഒന്നുകിൽ പാർട്ടിയാഫീ സിൽ അല്ലെങ്കിൽ വായനശാലയിൽ. ഇവിടെ രണ്ടിടത്തും ഇല്ലെ ങ്കിൽ പിന്നെ ആൽത്തറയിൽ. അന്നും അവനിങ്ങനെ കിടക്കു മ്പോൾ അവന്റെ മുഖത്തേയ്ക്ക് ഒരില പൊഴിഞ്ഞു വീണിരുന്നു. ആരോ ഒരാൾ മരിച്ചിരിക്കുന്നു എന്ന് പെട്ടെന്ന് മനസിൽ തോന്നി യെങ്കിലും തൊട്ടടുത്ത നിമിഷം അതേ മനസു തന്നെ പറഞ്ഞു. "വിഡ്ഢീ നീ ഒരിക്കലും സാധാരണ മനുഷ്യനെപ്പോലെ തരം താണ് ചിന്തിക്കരുത്. മരമല്ലേ ഇലയല്ലേ പൊഴിയും. സാധാരണം. അങ്ങനെയേ ചിന്തിക്കാവൂ". പക്ഷേ വന്ന ആൾ പറഞ്ഞ വിവരം നന്ദനെ അതിശയിപ്പിച്ചു. മനസിന്റെ എല്ലാ വിലക്കുകളെയും മറന്ന് നന്ദൻ അത്ഭുതത്തോടെ തലയുയർത്തി ആത്മാവു മരത്തെ നോക്കി. അതല്ലെങ്കിലും അങ്ങനെയാണ്. മനുഷ്യനല്ലേ ചില സമ യത്ത് ഏത് യുക്തിയേയും ഒരു നിമിഷത്തേയ്ക്ക് പരാജയപ്പെടു ത്താൻ പോന്ന ചില ആകസ്മിക സംഭവങ്ങൾ ഉണ്ടാകും. അതിശ യത്തോടെ ആ മരത്തെ അങ്ങനെ നോക്കി നിൽക്കുമ്പോൾ അതിനെ ശപിക്കുവാനോ കുറ്റപ്പെടുത്തുവാനോ നന്ദന് തോന്നിയി ല്ല. പകരം ആ മരത്തിന് മൂകം നന്ദി പറയുകയാണ് അയാൾ

ചെയ്തത്. കാരണം ജീവിതത്തിനും മരണത്തിനുമിടയ്ക്ക് എപ്പോഴും മുത്തശ്ശി നടത്തിയിരുന്ന മല്ലയുദ്ധങ്ങൾ അയാളെ എന്നും നോവിച്ചിരുന്ന ഒരു കാഴ്ചയായിരുന്നു. തൊണ്ണൂറു കഴിഞ്ഞ മുത്തശ്ശിക്ക് ആസ്തമയുടെ കടുത്ത അസ്കിത ഉണ്ടായിരുന്നു. വാരിയെല്ലുകൾ എഴുന്നു നിൽക്കുന്ന ആ നെഞ്ചിൻ കൂടിലേയ്ക്ക് ജീവ വായുവിനെ വലിച്ചു കയറ്റാൻ അവർ അനുഭവിക്കുന്ന പ്രയാസം അവൻ പലപ്പോഴും കണ്ടുനിന്നിട്ടുണ്ട്. കണ്ണുകൾ പുറത്തേയ്ക്ക് ഓരോ ശ്വാസത്തിലും മിഴിഞ്ഞു തള്ളും. എല്ലിച്ച ശരീരം വില്ലുപോലെ വളഞ്ഞ് മുകളിലേയ്ക്ക് ഉയരും. അതു കണ്ടു നിൽക്കേ അവൻ പലപ്പോഴും ആഗ്രഹിച്ചിട്ടുണ്ട്. അവർ എത്രയും പെട്ടെന്ന് മരിച്ചിരുന്നെങ്കിൽ എന്ന്. ആ അവസ്ഥയിൽ മരണം അവർക്ക് ഏറ്റവും വലിയ അനുഗ്രഹമായിരുന്നു. അങ്ങനെ ഒടുവിൽ അത് സംഭവിച്ചിരിക്കുന്നു. മുത്തശ്ശിയുടെ ദുരിതകാണ്ഡം കഴിഞ്ഞിരിക്കുന്നു. വീട്ടിലേയ്ക്ക് നടക്കുമ്പോൾ വേർപാടിന്റെ വ്യസനത്തേക്കാൾ ഏറെ ആശ്വാസമായിരുന്നു നന്ദന്റെ ഉള്ളിൽ. വീട്ടിലെത്തുമ്പോൾ അവിടെ കൂടിയിരുന്ന എല്ലാ പേരുടെയും ഭാവം അയാളുടേതിൽ നിന്നും ഒട്ടും വ്യത്യസ്തമായിരുന്നില്ല. അകത്തുനിന്നും സ്ത്രീകളുടെ തേങ്ങലിന്റെ നേരിയ ചീളുകൾ വല്ലപ്പോഴും പുറത്തേയ്ക്ക് തെറിച്ചു വീണുകൊണ്ടിരുന്നെങ്കിലും അവ വെറും ചടങ്ങിനുമാത്രമാണെന്ന് അവന് തോന്നി. പറമ്പിന്റെ തേക്കേകോണിൽ മുത്തശ്ശിയുടെ ചിത എരിഞ്ഞുകൊണ്ടിരുന്നപ്പോഴും നന്ദൻ ചിന്താകുഴപ്പത്തിലായിരുന്നു. അത് പക്ഷേ ആത്മാവു മരത്തിനെപ്പറ്റിയുള്ള സന്ദേഹത്തിലായിരുന്നു.

മുത്തശ്ശിയുടെ മരണം കഴിഞ്ഞിട്ട് ഏറെ നാളുകളായി. ഒരു നാൾ ആത്മാവു മരച്ചുവട്ടിലിരുന്ന് മാർക്വേസിന്റെ 'ഏകാന്തതയുടെ നൂറുവർഷങ്ങൾ ' വായിക്കുകയായിരുന്ന നന്ദന്റെ പുറത്തേയ്ക്ക് ധാരാളം ഇലകൾ കൊഴിഞ്ഞു വീണു. മനസ് എത്രയൊക്കെ ബലം പിടിത്തം നടത്തിയിട്ടും നന്ദന്റെ ഉള്ളിൽ ഒരു നടുക്കമുണ്ടായി. ആ നടുക്കത്തെ ശരിവയ്ക്കും വിധം പിറ്റേന്നത്തെ ദിനപത്രങ്ങളിലൊക്കെ ആ വാർത്ത നിറഞ്ഞു നിന്നിരുന്നു. പട്ടണത്തിലെ കമ്പോളത്തിൽ ബോംബു പൊട്ടിത്തെറിച്ച് നിരവധി പേർ കൊല്ലപ്പെട്ടിരിക്കുന്നു. ഒരു മുസ്ളീം തീവ്രവാദ സംഘടന അതിന്റെ

ഉത്തരവാദിത്വവും ഏറ്റെടുത്തിരിക്കുന്നു. വാർത്ത അച്ചടിച്ചു വന്ന പത്രവും കയ്യിൽപ്പിടിച്ച് നന്ദൻ ആത്മാവ് മരത്തെപ്പറ്റി ചിന്തിച്ചിരുന്നു.

നാളുകൾ കടന്നുപോകവേ നാടിനെ നടുക്കിയ ആ ബോംബു സ്ഫോടനത്തെക്കുറിച്ചുള്ള അന്വേഷണം ഊർജ്ജിതമായി. അതിനു പിന്നിൽ പ്രവർത്തിച്ച കുറേപ്പേരെ അറസ്റ്റു ചെയ്തു. അതിന്റെ അന്വേഷണം. ഇങ്ങ് നന്ദന്റെ നാട്ടിലുമെത്തി. നന്ദന്റെ നാട്ടിലെ യൂസഫ് എന്ന ആളെ പോലീസ് അറസ്റ്റ് ചെയ്തു. ആദ്യം ഇതുകേട്ടപ്പോൾ തന്നെ പറ്റിക്കാൻ വേണ്ടി വെറുതേ പറയുകയാണ് എന്ന ഭാവത്തിൽ ഒരു പരിഹാസച്ചിരി ആണ് നന്ദന്റെ മുഖത്ത് വിരിഞ്ഞത്. പൊടുന്നനെ അത് രോഷമായി മാറി. യൂസഫ് നന്ദന്റെ ഏറ്റവും അടുത്ത സുഹൃത്ത് ആണ്. അയാൾ ഒരു ഇടതുപക്ഷ പ്രവർത്തകനാണ്. ഒരു ഇസ്ലാംമത വിശ്വാസിയാ ണെന്നു കരുതി എങ്ങനെ അയാൾ ബോംബു സ്ഫോടന കേസിൽ പ്രതിയാകും. അയാൾ യാതൊരു മുസ്ലീം സംഘടനകളിലും പ്രവർത്തിക്കുന്നില്ല. സർവ്വോപരി ഒരു മനുഷ്യസ്നേഹിയുമായിരുന്നു യൂസഫ്. അതറിഞ്ഞ നിമിഷം തന്നെ നന്ദൻ പോലീസ് സ്റ്റേഷനിലേയ്ക്കോടി. നേരേ സബ് ഇൻസ്പെക്ടറുടെ മുറിയിലേയ്ക്ക് കയറിച്ചെന്ന് അയാൾ കാര്യത്തിന്റെ നിജസ്ഥിതി അന്വേഷിച്ചു. വികാരാവേശത്താൽ അയാൾ കയർത്താണ് സംസാരിച്ചത്. “നിങ്ങൾ എന്താണ് സാർ കരുതിയിരിക്കുന്നത്. അവന്റെ പേര് ‘യൂസഫ്’ ആണെന്നതുകൊണ്ട് അവൻ തീവ്രവാദിയാകുമോ, ഇങ്ങനെയാണെങ്കിൽ നിങ്ങൾ ഒരുനാൾ ‘അബ്ദുൾ കലാമിനേയും’ തീവ്രവാദിയെന്ന് മുദ്രകുത്തി ജയിലിലടയ്ക്കുമല്ലോ. യൂസഫ് ഒരു തീവ്രവാദ സംഘടനകളിലും അംഗമല്ല. ഒരു ഇടതുപക്ഷ പ്രവർത്തക നാണ് എന്ന വസ്തുത നിങ്ങൾക്കുകൂടി അറിയാവുന്ന കാര്യമാണല്ലോ. അയാളുടെ പേരിൽ ഇതുവരെ ഒരു ക്രിമിനൽ കേസോ ഏതെങ്കിലും കുറ്റകൃത്യ പശ്ചാത്തലമോ ഇല്ല. എല്ലാറ്റിനും മേലെ അയാൾ ഒരു മനുഷ്യ സ്നേഹിയും ഒരു മനുഷ്യാവകാശ പ്രവർത്തകനുമാണ്. അങ്ങനെയുള്ള ഒരാളുടെ പേരിൽ ഈ ആരോപണം ഉന്നയിച്ച നിങ്ങളുടെ തലയ്ക്ക് നെല്ലിക്കാത്തളം തന്നെ വയ്ക്കണം.”

ഒരു ഉത്തരവാദിത്വമുള്ള പാർട്ടി പ്രവർത്തകൻ എന്ന നിലയ്ക്ക് നന്ദനെ അധികാരികൾക്ക് നല്ലവണ്ണം പരിചയമുണ്ട്. ന്യായമായ കാര്യങ്ങൾക്കു മാത്രമേ അയാൾ ഇത്രയ്ക്കു വികാരാവേശ ത്തോടെ സംസാരിക്കുകയുള്ളൂ എന്നും അവർക്കറിയാം. അതു കൊണ്ടു തന്നെ വളരെ ശാന്തമായി അവർഅയാളോട് പറഞ്ഞു. "നന്ദന് കാര്യങ്ങളുടെ നിജസ്ഥിതി അറിയാഞ്ഞിട്ടാണ്. യൂസഫ് രണ്ടുമാസം നാട്ടിൽ ഇല്ലായിരുന്നുവല്ലോ. ആ സമയത്ത് അയാൾ ഒരു തീവ്രവാദ സംഘടനയുടെ പരിശീലനത്തിൽ പങ്കെടുക്കാ നാണ് പോയിരുന്നതെന്നുള്ള രഹസ്യ വിവരത്തിന്റെ അടിസ്ഥാന ത്തിലാണ് ഈ അറസ്റ്റ്."

"രഹസ്യ വിവരം" നന്ദൻ പുച്ഛത്തോടെ ചിറികോട്ടി.

"അതിന്റെ നിജസ്ഥിതി ഈ നാട്ടിൽ എനിക്കു മാത്രമേ അറി യൂ. അയാൾ ഒരു തീവ്രവാദ സംഘടനയുടെയും പരിശീലനത്തിൽ പങ്കെടുക്കാൻ പോയതല്ല. ഒരു പാവപ്പെട്ട ബീഹാറി പെൺകുട്ടിക്ക് വൃക്ക ദാനം ചെയ്യാൻ പോയതായിരുന്നു. വൃക്ക യോജിക്കുമോ എന്നുള്ള ടെസ്റ്റുകൾക്കും ശസ്ത്രക്രിയകൾക്കു ശേഷമുള്ള വിശ്രമ ത്തിനും ശേഷം രണ്ടുമാസം കഴിഞ്ഞാണയാൾ തിരിച്ചുവന്നത്. അവൻ പോകുന്നതിനു മുൻപും പോയി വന്ന ശേഷവും എന്നോടു മാത്രമേ ഇക്കാര്യം പറഞ്ഞുള്ളൂ. അവന്റെ വീട്ടുകാർക്കുപോലും ഇക്കാര്യം അറിയില്ല".

പോലീസുകാർക്കും ഇക്കാര്യം പുതിയ അറിവായിരുന്നു. അവർ അമ്പരപ്പോടെ പരസ്പരം നോക്കി. "എന്തായാലും നന്ദൻ, രഹസ്യമായി വിവരം കിട്ടിയതിന്റെ പേരിലാണ് അറസ്റ്റ് നടന്നത്. ചിലപ്പോൾ ശത്രുക്കളാരെങ്കിലും ഒറ്റിയതാവാനും മതി. എന്താ യാലും ഞങ്ങൾക്കിതിൽ ഒന്നും ചെയ്യുവാനില്ല. കേന്ദ്രത്തിൽ നിന്നുള്ള ആന്റി ടെററിസ്റ്റ് വിംഗ് ആണ് അറസ്റ്റു ചെയ്തത്. അവ രാണീ കേസ് അന്വേഷിക്കുന്നതും. തുടരന്വേഷണങ്ങൾക്കായി അവർ യൂസഫിനെ ഡെൽഹിയിലേയ്ക്ക് കൊണ്ടുപോയിക്ക ഴിഞ്ഞു".

അതുകേട്ട് നന്ദൻ അമ്പരന്നു നിന്നു. പിന്നെ ഹതാശനായി ദുഃഖത്തോടെ തിരകി പോന്നു. ഏതായാലും ഈ വിവരങ്ങൾ

ബന്ധപ്പെട്ടവരെ അറിയിക്കാമെന്ന് സബ് ഇൻസ്പെക്ടർ നന്ദനോട് പറഞ്ഞു. തന്നാൽ കഴിയുന്ന എല്ലാ വഴിക്കും ശ്രമിക്കണമെന്ന് നന്ദനും കരുതി.

അങ്ങനെ മാസങ്ങൾ നീണ്ട ശ്രമങ്ങൾക്കൊടുവിലാണ് യൂസഫിന് ജാമ്യം ലഭിച്ചത്. അതും നിബന്ധനകൾക്ക് വിധേയനായി. മുൻകൂറുള്ള അനുമതി കൂടാതെ ജില്ല വിട്ട് പുറത്തുപോകാൻ പാടില്ല. എപ്പോൾ വിളിച്ചാലും സ്റ്റേഷനിൽ നേരിട്ട് ഹാജരാവണം. ഇതിനിടയിൽ ഏതെങ്കിലും തരത്തിൽ പ്രകോപനപരമായ പ്രശ്നങ്ങളിൽ ഉൾപ്പെട്ടാൽ ഉടനടി ജാമ്യം അസാധുവാകും. അയാളെ ഡൽഹിയിൽ നിന്നും നേരെ സെൻട്രൽ ജയിലിൽ കൊണ്ടുവന്നശേഷം അവിടെ നിന്നാണ് മോചിപ്പിച്ചത്. അന്നേ ദിവസം നന്ദൻ അയാളെ സ്വീകരിക്കാൻ അവിടെ പോയിരുന്നു. പുറത്തിറങ്ങി നന്ദനെ കണ്ടപാടേ യൂസഫ് പൊട്ടിക്കരഞ്ഞു പോയി. നന്ദൻ അയാളെ ആശ്വസിപ്പിച്ച് നേരെ ഗ്രാമത്തിലേയ്ക്ക് കൂട്ടിക്കൊണ്ടു വന്നു. പക്ഷേ നാട്ടിലെ സ്ഥിതി തികച്ചും വ്യത്യസ്തമായിരുന്നു. അറസ്റ്റിനും ആരോപണത്തിനും വിധേയനായ യൂസഫിനെ അടുത്ത പരിചയമുണ്ടായിരുന്നിട്ടുപോലും നാട്ടുകാരിൽ പലരും മറ്റൊരു കണ്ണോടെയാണ് കണ്ടത്. അവർ അയാളോട് പരിചയഭാവം പോലും കാണിച്ചില്ല. അകറ്റി നിർത്താനും ഒറ്റപ്പെടുത്താനും ശ്രമിച്ചു. ഇത് യൂസഫിൽ കടുത്ത വേദനയുളവാക്കി. ജാമ്യമെടുത്ത് പോരേണ്ടിയിരുന്നില്ലെന്ന് യൂസഫിന് തോന്നി. എത്രയും പെട്ടെന്ന് ജാമ്യം പിൻവലിച്ച് തിരികെപ്പോകാനും ഇരുട്ടു തളം കെട്ടിയ തുറങ്കുകളിലൊന്നിൽ ആരുടെയും മുഖം കാണാതെ കഴിയാനും അയാൾ ആഗ്രഹിച്ചു. ഇക്കാര്യം അയാൾ നന്ദനോട് സൂചിപ്പിച്ചപ്പോൾ നന്ദൻ ആശ്വസിപ്പിച്ചു.

"കാലം മായ്ക്കാത്ത മുറിവുകൾ എന്തെങ്കിലുമുണ്ടോ ? മറവി എന്ന അനുഗ്രഹമുള്ള മനുഷ്യർ ഇക്കാര്യം എളുപ്പത്തിൽ മറക്കും. അവർ പഴയതുപോലെ സ്നേഹത്തോടെ പെരുമാറുകയും ചെയ്യും. തല്ക്കാലമുള്ള ഭാവ വ്യത്യാസങ്ങൾ കണ്ടില്ലെന്ന് നടിക്കുക."

പക്ഷേ യൂസഫിന്റെ കനം തൂങ്ങിയ മനസിന്റെ ഭാരം എത്രയെന്ന് അടുത്ത ചങ്ങാതിയായ നന്ദനുപോലും അറിയാനായില്ല.

നന്ദന്റെ വാക്കുകൾ യൂസഫിന് തെല്ലും സമാധാനം നൽകിയതുമി
ല്ല. ഒരു തെറ്റും ചെയ്യാത്ത ഒരു വ്യക്തിക്കുമേൽ വളരെ കടുത്ത ഒരു
ആരോപണം ഉന്നയിക്കുമ്പോഴുണ്ടാകുന്ന മാനസിക വ്യഥ, അത്
വാക്കുകളാലോ ചിത്രങ്ങളാലോ സംവേദനം ചെയ്യാനാകുന്നതല്ല.
ലോകത്തുള്ള ഒരു അഭിനേതാവിനും അത് അഭിനയിപ്പിച്ച് പ്രകടി
പ്പിക്കാനും കഴിയില്ല. അത് അനുഭവിക്കുന്ന ആളിനുമാത്രമേ അറി
യാനാവൂ.

നന്ദൻ തികഞ്ഞ ശുഭാപ്തി വിശ്വാസത്തിലായിരുന്നു.
എന്നാൽ യൂസഫിന്റെ ജീവിതം പുതിയ പരീക്ഷണങ്ങളെ നേരിടു
കയായിരുന്നു. അത് അയാൾക്ക് ഒരിക്കലും താങ്ങാനാവുന്നതുമാ
യിരുന്നില്ല. അത് നാട്ടുകാരുടെ ഭാഗത്തുനിന്നുണ്ടായ ശാരീരി
കവും മാനസികവുമായ ആക്രമണങ്ങളായിരുന്നു. അവർ സ്കൂൾ
വിദ്യാഭ്യാസം ചെയ്യുന്ന അയാളുടെ ചെറിയ കുഞ്ഞുങ്ങളേയും
ഭാര്യയേയും പോലും വെറുതെ വിട്ടില്ല. ആ പാവം കുഞ്ഞുങ്ങളെ
രാജ്യദ്രോഹിയുടെ വിത്തുകൾ, കുട്ടിതീവ്രവാദികൾ എന്നെല്ലാം
പരസ്യമായി വിളിച്ചു. സ്കൂളിലെ സഹപാഠികൾ അവരെ
'ബിൻലാദനെ'ന്നും മറ്റും ഇരട്ടപ്പേരിട്ട് വിളിച്ച് ക്രൂരമായി പരിഹസി
ച്ചു. ചിലപ്പോഴൊക്കെ മുതിർന്ന ക്ലാസിലെ കുട്ടികൾ അവരെ
മുഖത്ത് തുപ്പുകയും തലയ്ക്ക് ഞൊട്ടുകയും ചെയ്തു. അദ്ധ്യാപ
കരോട് പരാതി പറഞ്ഞാൽ "തന്തയുടെ ഗുണം കൊണ്ടല്ലേ അനുഭ
വിക്ക് " എന്ന ഭർത്സനം മാത്രം. ആ കുട്ടികൾ പൊട്ടിക്കരഞ്ഞു
കൊണ്ട് വീട്ടിലെത്തും. യൂസഫിനോട് അവർ നെഞ്ചുപൊട്ടി കാര്യ
ങ്ങൾ പറയും. അവരെ കെട്ടിപ്പിടിച്ച് കൂടെ കരയാനല്ലാതെ
അയാൾക്ക് മറ്റൊന്നിനും കഴിഞ്ഞിരുന്നില്ല. കൂടെക്കൂടെ അയാൾ
മാനത്ത് നോക്കി വില പിക്കും. "അള്ളാ, നേർവഴിക്ക് നടന്നതിനും
മറ്റുള്ളവരെ സഹായിച്ചതിനും ഉള്ള പ്രതിഫലമാണോ ഇതൊക്കെ
? അറിഞ്ഞുകൊണ്ട് ഞാനാർക്കും ഒരു ദ്രോഹവും ചെയ്തിട്ടില്ല
ല്ലോ. നീ നയിച്ച വഴിയിലൂടെയേ ഞാൻ നടന്നുള്ളൂ. പിന്നെന്തി
നാണീ പരീക്ഷണം."

നാട്ടുകാരുടെ ഉപദ്രവങ്ങൾ നാൾതോറും കൂടുതൽ ക്രൂരമാ
യിക്കൊണ്ടിരുന്നതേയുള്ളൂ. ഭാര്യയേയോ കുട്ടികളേയോ പുറത്തു

വച്ചു കണ്ടാൽ അവർ കൂക്കിവിളിക്കുകയും കല്ലെടുത്തെറിയുകയും അറയ്ക്കുന്ന തെറിവാക്കുകൾ വിളിച്ചു പറയുകയും ചെയ്തു. ഒരുനാൾ ഏറുകൊണ്ട് ഇളയ കുട്ടിയുടെ തലയ്ക്കു മുറിവേറ്റു. അതോടെ അവരാരും പുറത്തിറങ്ങാതെയായി. കുട്ടികൾ പഠനം നിർത്തി. അത്യാവശ്യ കാര്യങ്ങൾക്കും മറ്റും നന്ദനോ മറ്റു ചില പാർട്ടി പ്രവർത്തകരാണോ ആണ് ഏക ആശ്രയം. ആരും പുറത്തേയ്ക്കിറങ്ങാതായപ്പോൾ രാത്രി കാലങ്ങളിൽ വീടിനു നേരെയായി ആക്രമണം. അവർ വീട്ടിനു നേരെ കല്ലുകൾ വലിച്ചെറിഞ്ഞു. ഓടുകളും ചില്ലുകളും പൊട്ടി വീട്ടിനുള്ളിലേയ്ക്ക് കല്ലുകൾ വീണു. പേടിച്ചു കരയുന്ന കുട്ടികളേയും ഭാര്യയേയും ചേർത്തുപിടിച്ച് അയാളും പേടിയോടെ കട്ടിലിനടിയിൽ മറഞ്ഞു കിടന്നു. ഭീതിയുടെ ദിനരാത്രങ്ങൾ അങ്ങനെ ഒന്നൊന്നായി കടന്നു പൊയ്ക്കൊണ്ടിരുന്നു.

ഒരുനാൾ ഓരോന്നാലോചിച്ച് നന്ദൻ ആത്മാവു മരത്തിന്റെ തണലിൽ കിടക്കുകയായിരുന്നു. ഒരു ചെറുകാറ്റു വീശി. നാലിലകൾ അയാളുടെ പുറത്തേയ്ക്ക് ഞെട്ടറ്റു വീണു. എപ്പോഴും തടയാറുള്ള നന്ദന്റെ മനസ് അപ്പോൾ വിലക്കിയില്ല. അയാൾ പിടഞ്ഞെഴുന്നേറ്റു. എതാനും നിമിഷങ്ങൾ പൊഴിഞ്ഞു വീണുകിടക്കുന്ന ഇലകളെ അയാൾ തുറിച്ചുനോക്കി നിന്നു. പിന്നെ ധൃതിയിൽ കവലയിലേയ്ക്ക് നടന്നു. വഴിയിൽ വച്ചുതന്നെ കണ്ടു ചില പാർട്ടി പ്രവർത്തകർ ഝടുതിയിൽ നടന്നുവരുന്നു. അവർ നന്ദനടുത്തേയ്ക്ക് വന്നു.

“നന്ദാ, ഞങ്ങൾ നിന്നെ തിരക്കി വരുവായിരുന്നു. യൂസഫും കുടുംബവും ആത്മഹത്യ ചെയ്തു.”

നന്ദന്റെ ചങ്കിൽ ഒരു കൊള്ളിയാൻ പാഞ്ഞു. അവർ നേരെ യൂസഫിന്റെ വീട്ടിലേയ്ക്ക് തിരിച്ചു. പോലീസെത്തിയിട്ടുണ്ട്. നാട്ടുകാരും കൂടിയിട്ടുണ്ട്. മുറ്റത്തുവച്ചേ നന്ദൻ ഇൻസ്പെക്ടറെ കണ്ടു. അയാൾ പറഞ്ഞു. “രാത്രിയിലാണ് സംഭവിച്ചത്. ചോറിൽ വിഷം കുഴച്ച് കഴിക്കുകയായിരുന്നു. നന്ദന് ഒരു കത്തും എഴുതിവച്ചിട്ടുണ്ട്.”

അയാൾ കത്ത് വാങ്ങി.

നന്ദന്,

എനിക്ക് മതിയായി. ആർക്കും ഒരു ഉപദ്രവും ചെയ്യാതെ എന്നാൽ കഴിയുന്ന നന്മകൾ മറ്റുള്ളവർക്ക് ചെയ്താണ് ഞാൻ ഇതുവരെ ജീവിച്ചത്. പക്ഷേ അതിന് എനിക്കു കിട്ടിയതോ മന സിൽപ്പോലും ചിന്തിക്കാത്ത ഒരു മഹാപരാധം ചെയ്തവനെന്ന പേര്. കോടതിവിധി വന്നാൽ ഒരുപക്ഷേ ഞാൻ ചെയ്യാത്ത തെറ്റിന് തുറങ്കിലാവും. ഇനി അഥവാ എന്നെ വെറുതെ വിട്ടാലും എനി ക്കൊരിക്കലും പഴയ യൂസഫിന്റെ ജീവിതം തിരിച്ചു കിട്ടില്ല. നാട്ടു കാർക്കിടയിലുണ്ടായ പേര് അവർ ചിലരെങ്കിലും മറക്കില്ല. എന്റെ ജീവിതത്തെപ്പറ്റിയുള്ള സ്വപ്നങ്ങളും പ്രതീക്ഷകളും അവസാനി ച്ചിരിക്കുന്നു. ഇപ്പോൾ ഭീതി മാത്രമാണ് മനസിൽ. എത്രനാൾ ഇങ്ങനെ കഴിയും. അതിനാൽ ഞാൻ ഈ തീരുമാനമെടുത്തു. എന്റെ കുഞ്ഞുങ്ങൾപോലും എന്റെ തീരുമാനത്തെ അനുകൂലിച്ചു എന്നു പറയുമ്പോൾ ഞങ്ങൾ എത്രമാത്രം ജീവിതം വെറുത്തു എന്ന് നിനക്ക് ഊഹിക്കാമല്ലോ. എന്റെ തീരുമാനം തെറ്റാണെങ്കി ലും ശരിയാണെങ്കിലും നീ എന്നോട് ക്ഷമിക്കുക.

എന്നു സ്വന്തം സുഹൃത്ത്
യൂസഫ്.

കത്ത് തിരികെ നൽകി അയാൾ വീടിനുള്ളിലേയ്ക്ക് കയറി. കിടപ്പു മുറിയിലായിരുന്നു മൃതശരീരങ്ങൾ കിടന്നിരുന്നത്. ഭാര്യ കട്ടിലിലും യൂസഫ് നിലത്തുമായിരുന്നു കിടന്നിരുന്നത്. വായിൽ നിന്ന് നുരയും പതയും ഒലിച്ചിറങ്ങിയിരുന്നു. കുട്ടികൾ രണ്ടു പേരും യൂസഫിന്റെ നെഞ്ചിൽ കമിഴ്ന്നാണ് കിടന്നിരുന്നത്. നന്ദന്റെ കാഴ്ചകളെ കണ്ണുനീരിന്റെ പാട മങ്ങിപ്പിച്ചു. അയാൾ മുഖം തിരിച്ചു. ശരീരം തളരുന്നതുപോലെ. ഒരു താങ്ങിനുവേണ്ടി കട്ടിളപ്പടിയിൽ പിടിച്ചു. കാഴ്ച തെളിഞ്ഞപ്പോൾ മുറ്റത്തെ ആൾക്കൂട്ടം അയാളുടെ കണ്ണിൽപ്പെട്ടു. അയാൾ ഒരു വിറയലോടെ മുറ്റത്തേയ്ക്ക് ചാടി. അവിടെക്കിടന്ന ഒരു പത്തലെടുത്തു വീശി ക്കൊണ്ട് ആൾക്കൂട്ടത്തിനു നേരെ അലറിയടുത്തു.

"ഒരു പാവപ്പെട്ടവനെ വെറുതെ കൊലയ്ക്കു കൊടുത്തില്ലേ. ഇനിയെന്തിനാ കാത്തു നിൽക്കുന്നത്. എടുത്തുകൊണ്ടു പോയി

തിന്നെടാ പട്ടികളേ." ഭ്രാന്തമായ ആവേശത്തോടെ ആൾക്കൂട്ടത്തി നുനേരെ അടുത്ത നന്ദനെ പാർട്ടി പ്രവർത്തകർ കടന്ന് പിടിച്ച് അടക്കി.

"ആ കുഞ്ഞുങ്ങളുടെ കിടപ്പുകണ്ട് സഹിക്കിണില്ലല്ലോ സഖാവേ." ഒരു പ്രവർത്തകന്റെ നെഞ്ചിൽ വീണ് അയാൾ പൊട്ടി ക്കരഞ്ഞു.

യൂസഫിന്റെ മരണം നടന്ന് ഒരു വർഷവും കഴിഞ്ഞിട്ടായിരു ന്നു, കോടതി സ്ഫോടനക്കേസിന്റെ വിധി പ്രഖ്യാപിച്ചത്. കേസിൽ യൂസഫിനെ കോടതി വെറുതെ വിട്ടു. മാത്രമല്ല കേസിന്റെ അന്വേഷണ ഉദ്യോഗസ്ഥരെ വളരെ രൂക്ഷമായ ഭാഷ യിൽ കോടതി ശാസിക്കുകയും ചെയ്തു. യാതൊരുവിധ ക്രിമി നൽ പശ്ചാത്തലവുമില്ലാത്ത യൂസഫിനെ വെറും ഊഹാപോഹത്തിന്റെയും ഊമക്കത്തിന്റെയും അടിസ്ഥാനത്തിൽ അറസ്റ്റു ചെയ്ത ഉദ്യോഗസ്ഥ നടപടിയെ ശുദ്ധ അസംബന്ധം എന്നാണ് കോടതി വിശേഷിപ്പിച്ചത്. വിധി പ്രഖ്യാപിക്കും മുമ്പേ യൂസഫിനെ രാജ്യദ്രോഹിയായി ചിത്രീകരിച്ച് കൊല്ലാക്കൊല ചെയ്ത നാട്ടുകാരുടെ നടപടികളും കോടതി വിമർശിച്ചു. നാട്ടു കാർ പോലീസിന്റെ പണിയെടുക്കേണ്ടതില്ലെന്നും യൂസഫി ന്റെയും കുടുംബത്തിന്റെയും മരണത്തിന് അധികാരികളും നാട്ടു കാരും ഒരുപോലെ കുറ്റക്കാരാണെന്നും കോടതി നിരീക്ഷിച്ചു. അപക്വവും നിരുത്തരവാദപരവുമായ നടപടിയിലൂടെ ഒരു നിരപ രാധിയായ മനുഷ്യസ്നേഹിയുടെയും ഭാര്യയുടെയും ജീവിതം തുടങ്ങിയിട്ടുപോലുമില്ലാത്ത നിഷ്കളങ്കരായ രണ്ട് കുഞ്ഞുങ്ങളു ടെയും ജീവൻ നഷ്ടപ്പെട്ടതിൽ കോടതി അതികഠിനമായ വ്യസനം രേഖപ്പെടുത്തി.

ആത്മാവു മരത്തണലിലിരുന്നു വാർത്ത അച്ചടിച്ചു വന്ന പത്രം വായിച്ചിരുന്ന നന്ദന്റെ മുഖത്ത് ഒരു കോടിയ പരിഹാസച്ചിരി വിരിഞ്ഞു. ഇനിയെന്തിന് വ്യസനം. എത്ര അളവിലെ വ്യസന ത്തിനും നഷ്ടപ്പെട്ട ജീവിതങ്ങൾ തിരികെ തരാനാവില്ലല്ലോ.

അപ്പോഴും നന്ദന്റെ തലയ്ക്കു മുകളിൽ ആത്മാക്കളെ ശിര
സിൽ വഹിച്ച് ഭീതിയുടെ കൊമ്പുകൾ കുലുക്കിക്കൊണ്ട് ആത്മാ
വുമരം ഉയർന്നു തന്നെ നിന്നു.

*(കുറിപ്പ് :– 'ആത്മാവുമരം' എന്നതും അതിന്റെ സവിശേഷതകളും
സംഭവങ്ങളും ഭാവന മാത്രമാണ്. എന്നാൽ ആലും മാവും ചേർന്ന്
ഒരു മരം പോലെ വളർന്നു നിൽക്കുന്നത് സത്യമാണ്. കൊല്ലം ജില്ല
യിലെ ഇളമാട് പഞ്ചായത്തിൽ തേവന്നൂർ എന്ന ഗ്രാമത്തിലാണ്
ഈ ആൽ-മാവ് മരം ഉള്ളത്. പാതവക്കത്തു തന്നെ നിൽക്കുന്ന
ഈ മരം കാഴ്ചയ്ക്ക് ആലിന്റെയും മാവിന്റെയും ഇലകളോട്
കൂടിയ വിചിത്രമായ ഒരു മരമാണന്നേ തോന്നൂ. അന്നാട്ടുകാർ ആ
വൃക്ഷത്തെ ആൽമാവ് എന്നു തന്നെയാണ് വിളിക്കുന്നതും.)*

☼ ☼ ☼ ☼

മൃണാളിനി

ദൂധ്..........

    ഉച്ചത്തിലുള്ള ദൂധ്‌വാലയുടെ ശബ്ദമാണ് ബസന്തിനെ ഉണർത്തിയത്. എപ്പോഴും അയാളാണ് രാവിലെ ബസന്തിന്റെ അലാറം ടൈംപീസ്. എന്നും പാൽ നടയിൽ വച്ച് ഉച്ചത്തിൽ വിളിച്ചു പറഞ്ഞ് അയാൾ പോവുകയാണ് പതിവ്. കുറച്ചു ദിവസ മായി വാതിലിൽ ആഞ്ഞടിച്ച് ഒച്ച കൂടി ഉണ്ടാക്കുന്നുണ്ട് അയാൾ. കാരണം രണ്ടാഴ്ചയായി നിറുത്ത് ഇല്ലാതെ പെയ്യുന്ന മഴയാണ്. മഴ യുടെ ഒച്ചയെ അതിജീവിച്ച് അയാളുടെ കണ്ഠനാളത്തിൽ നിന്നും ബഹിർഗമിക്കുന്ന രണ്ടക്ഷരങ്ങൾ എന്റെ കിടപ്പുമുറിയിലെത്തി എന്റെ കാതിൽ വീഴുവാൻ മാത്രം ഉച്ചത്തിലുള്ളതാണെന്ന് പുള്ളി ക്കാരന് തോന്നുന്നില്ല. അതുകൊണ്ടാണ് വാതിലിൽ തട്ടി ഒച്ച കൂടെ ഉണ്ടാക്കുന്നത്. സാധാരണയായി പാൽ അയാൾ വാതിൽ ക്കൽ വച്ചിട്ട് പോവുകയാണ് പതിവ്. ബസന്ത് എഴുന്നേറ്റുപോയി എടുക്കാറേയില്ല. വീട്ടുജോലിക്കു വരുന്ന മൃണാളിനിയാണ് പാൽ എടുത്തുകൊണ്ട് അടുക്കളയിലേയ്ക്ക് പോയി ചായ ഉണ്ടാക്കു ന്നത്. എന്നാൽ മഴ കാരണം ആയിരിക്കണം അവൾ രണ്ടാഴ്ച യായി വരുന്നില്ല. അതിനാൽ ബസന്ത് തന്നെ എഴുന്നേറ്റ് പാൽ എടുത്തുകൊണ്ട് അടുക്കളയിൽ വച്ചു. നല്ല തണുപ്പ് ! പോരാത്ത തിന് ആകെ ഒരു ഇരുളിമയും. ചായയുണ്ടാക്കാൻ തോന്നിയില്ല. പാൽ അടച്ചുവച്ച് നേരെ കിടക്കയിൽ പോയി വീണ്ടും ചുരുണ്ട്കൂടി കിടന്നു. ഈ തണുപ്പത്ത് വിളിച്ചുണർത്തിയ പാൽക്കാരനോട് നീരസം തോന്നി. മഴയുടെ ഒച്ചയും തണുപ്പും അയാൾക്ക് സുഖകര

മായ ഒരു അനുഭൂതി നൽകി. കൽക്കട്ടാ നഗരം ആകെ മഴയിൽ മുങ്ങിയിരിക്കുകയാണ്. പലയിടത്തും വെള്ളപ്പൊക്കം. മഴയിൽ നനഞ്ഞ് കുതിർന്നുനിൽക്കുന്ന തെരുവും കെട്ടിടങ്ങളും പുരാതന കാലത്തിലെ പ്രേതങ്ങളെപ്പോലെ തോന്നിച്ചു. കൽക്കത്ത ബ്രിട്ടീഷ് ഭരണക്കാലത്തേതിൽ നിന്നും വളരെയൊന്നും മുന്നോട്ടു പോയിട്ടില്ല. പ്രത്യേകിച്ചും തെരുവുകൾ ഒട്ടും തന്നെ മുന്നോട്ടു പോയിട്ടില്ല. ആൾക്കാരുടെ വസ്ത്രധാരണവും തെരുവുകളും പീടികകളും കാണുമ്പോൾ അവർ ഇപ്പോഴും ഭൂതക്കാലത്തിൽത്തന്നെ ജീവിക്കുകയാണ് എന്ന് തോന്നും. ബസന്ത് കൽക്കത്താ നഗരത്തിൽ എത്തിയിട്ട് ഏഴുവർഷത്തോളമാകുന്നു. ഇവിടെ പ്രശസ്തമായ ഒരു പത്രത്തിൽ ജോലി ചെയ്യുന്നു. ബസന്ത് ഒന്നാന്തരമൊരു മലയാളിയാണ്. പക്ഷേ അയാളുടെ പേരും വേഷവുമെല്ലാം ഇപ്പോൾ ബംഗാളിവൽക്കരിക്കപ്പെട്ടിരിക്കുന്നു. 'വസന്ത്' എന്നായിരുന്നു അയാളുടെ പേര്. അതിനെ പത്രക്കാരും നാട്ടുകാരും ചേർന്ന് 'ബസന്ത്' ആക്കി. വേഷം അയാൾ സ്വയമേവ മാറ്റി. പത്രത്തിലെ ചീഫ് എഡിറ്ററാണ് അയാളുടെ പേര് ഔപചാരികമായി മാറ്റിയത്. പത്രത്തിൽ ലേഖനങ്ങളും കഥകളും എഴുതുമ്പോൾ 'വസന്ത്' എന്ന പേര് ചീഫ് എഡിറ്റർക്ക് ഒരു കല്ലുകടിപോലെ തോന്നി. കൂടുതൽ റീഡർഷിപ്പ് ഉണ്ടാക്കാൻ വസന്തിനെ അയാൾ ബംഗാളിച്ചുവയുള്ള ബസന്ത് ആക്കി മാറ്റി. ബംഗാളികൾക്ക് ഒരു ദേശീയതയുണ്ട്. ശരിക്കും ബംഗാളികൾക്ക് മാത്രമല്ല; ഇന്ത്യയിലെ എല്ലാ സംസ്ഥാനത്തിലെ ജനങ്ങൾക്കും അവരുടെ ആൾക്കാരോട് ഒരു പ്രത്യേക സ്നേഹമുണ്ട്. ഒരു സ്വജനപക്ഷം. അതില്ലാത്ത ഏക സംസ്ഥാനം കേരളമാണ്. മലയാളിക്ക് മറ്റൊരു മലയാളിയെ കണ്ണെടുത്താൽ കണ്ടുകൂടാ. മറ്റൊരു മലയാളി തന്നേക്കാൾ ഉയരത്തിൽപ്പോകാതിരിക്കാൻ അവൻ എപ്പോഴും മനപൂർവ്വം ശ്രമിച്ചുകൊണ്ടിരിക്കും. എന്നാൽ എങ്ങനെയെങ്കിലും ഒരാൾ ഉന്നതിയിലെത്തിയാലോ ഉടൻ അവകാശങ്ങളും സൗഹൃദങ്ങളും ബന്ധുത്വവുമൊക്കെയായി ധാരാളം സ്തുതിപാഠകരെത്തും. ഇന്ത്യയിലെ മറ്റേതൊരു ദേശക്കാരും അന്യദേശത്തുവച്ച് പരസ്പരം കണ്ടാൽ അവന്റെ മാതൃഭാഷയിലേ സംസാരിക്കാറുള്ളൂ. എന്നാൽ മലയാളികളാണ് അന്യദേ

ശത്ത് വച്ച് കാണുന്നതെങ്കിൽ ഇംഗ്ലീഷിലേ സംസാരിക്കാറുള്ളൂ. അവർക്ക് സ്വന്തം ഭാഷയെ, സംസ്കാരത്തെ, സ്വജനത്തിനെ എല്ലാം വെറുപ്പാണ്.

അങ്ങനെ 'ബസന്ത്' ആയി മാറിയ 'വസന്ത് ' ബംഗാളി കൾക്കിടയിൽ കൂടുതൽ സ്വീകാര്യനായി. നൗകറും ദൂകാൻ വാല കളും അയാളെ 'ബസന്ത് ബാബൂ' എന്നു വിളിച്ചു. പത്രമാപ്പീസിൽ അയാൾ ബസന്ത് ആണ്. അയാളുടെ കാമുകി അപർണ്ണാഘോ ഷിന് അയാൾ ബസു ആണ്. അവൾ ബംഗാളി ആണ്. പത്രമാപ്പീ സിൽ കൂടെ ജോലി ചെയ്യുന്നവൾ. സ്വതന്ത്രമായ അഭിപ്രായങ്ങളും ചിന്താഗതിയും ഉള്ളവൾ, സുന്ദരി. വിദ്യാസമ്പന്ന, സാമ്പത്തിക മായി ഉന്നതിയിലുള്ളവൾ, പുരാതന വ്യവസായ കുടുംബത്തിൽ ജനിച്ചവൾ, അവൾ അയാളെ ബംഗാളിയിൽ പ്രേമപൂർവ്വവും കാമ പൂർവ്വവും 'ബസൂ' എന്ന് വിളിച്ചു.

ഒരുകണക്കിന് മഴ ഒരു അനുഗ്രഹമായി അയാൾക്ക് തോന്നി. തെരുവ് മുഴുവൻ വെള്ളപ്പൊക്കത്തിലാണ്. കാറുകളും മറ്റ് മോട്ടാർ വാഹനങ്ങളും വെള്ളപ്പൊക്കത്തിൽ ഇടയ്ക്ക് നിന്നുപോകും. അതിനാൽ മിക്ക ആപ്പീസുകളും അവധിയാണ്. പക്ഷേ പത്രമാപ്പീ സിന് അവധിയില്ല. മഴയായാലും വെയിലായാലും പത്രമിറങ്ങാതി രിക്കില്ലല്ലോ. പക്ഷേ എഴുത്തുകാർക്കൊരു ഗുണമുണ്ട്. എന്നും ആപ്പീസിൽ പോകണമെന്നില്ല. മാറ്റർ ഫോണിലൂടെ പറഞ്ഞുകൊ ടുത്താലും മതി. ചീഫ് എഡിറ്റർ കിഴവൻ ഹനുമന്ത്റോയി ബസ ന്തിനെ ഒരു പുതിയ ജോലി ഏൽപ്പിച്ചിട്ടുണ്ട്. വാർഷികപ്പതിപ്പിലേ യ്ക്കൊരു പുതിയ കഥ വേണം. ശരിക്കും ഹനുമാന്റെ രൂപഭാവങ്ങ ളോടു കൂടിയ മുഖത്തു നോക്കി ആട്ടാനാണ് ബസന്തിന്റെ മനസിൽ തോന്നിയത്. കയ്യിലുള്ള പഴയതൊന്നും അയാൾക്ക് പോരാ. പുതി യത് വേണം. ചോദിക്കുമ്പോൾ ഉടനെ എടുത്തുകൊടുക്കാൻ കഥയും കഥാപാത്രങ്ങളും ഞാൻ പോക്കറ്റിലിട്ട് നടക്കുകയാണോ. ബസന്തിന്റെ മുഖഭാവത്തിൽ അത് മനസ്സിലാക്കിയിട്ടാവണം ആവ ശ്യമുള്ള സമയം എടുത്തുകൊള്ളാൻ പറഞ്ഞു. ആവശ്യമുള്ള സമയം എന്നു പറഞ്ഞാൽ ഇനി അഞ്ചാഴ്ചയേ ഉള്ളൂ. അതിൽ ത്തന്നെ രണ്ട് ആഴ്ച കഴിഞ്ഞു. ഈ മഴക്കാലമത്രയും അയാൾ കഥയെക്കുറിച്ചു തന്നെ ചിന്തിക്കുകയായിരുന്നു. ഒന്നും ശരിയാ

വുന്നില്ല. മഴ മനസിലാണ് പെയ്തതെന്ന് തോന്നി. അത് മനസും കൂടി കഴുകി വെടിപ്പാക്കിയിരിക്കുന്നു. ഓരോന്നും എഴുതിയും വെട്ടിയും തിരുത്തിയും പേപ്പർ കുറേ ചുരുട്ടിക്കളഞ്ഞു. അങ്ങനെ ആകെ പ്രാന്ത് പിടിച്ചിരിക്കുമ്പോഴാണ് കിടന്നു പുതച്ചുമൂടി സുഖമായി ഉറങ്ങാൻ പ്രേരിപ്പിക്കുന്ന മഴ. പക്ഷേ ആപ്പീസിൽ പോകണ്ട. അതിനാൽ കിഴവൻ ഹനുമന്ത്റോയിയുടെ കഥയെന്തായി എന്ന ചോദ്യത്തെ നേരിടണ്ട. ഇപ്പോൾ കൂനിന്മേൽ കുരു എന്നപോലെ വീട്ടുജോലിക്കാരി മൃണാളിനിയും വരുന്നില്ല. അതുകാരണം പാചകവും ചായയിടലും എല്ലാം തനിയേ ചെയ്യേണ്ടി വരുന്നു. അലക്കാനുള്ള തുണികൾ ഒരു കുന്ന് കൂട്ടിയിട്ടുണ്ട്. അതുചെയ്യാൻ മാത്രം ബസന്തിനു മടിയാണ്. അയാൾക്ക് ചെയ്യാൻ പ്രയാസം തോന്നുന്ന ഏക പണി തുണി അലക്കുന്നതിനോടാണ്. അല്ലെങ്കിൽത്തന്നെ കോരിച്ചൊരിയുന്ന ഈ മഴയത്ത് തുണികൾ ഉണങ്ങിക്കിട്ടാൻ പ്രയാസമാണ്. ഈ പെരുമഴയത്ത് അവധിയെടുത്തത് മനസിലാക്കാം. പക്ഷേ അതിനു മുന്നേ അടുപ്പിച്ച് കുറേ ദിവസങ്ങളായി അവൾ താമസിച്ചാണ് ജോലിക്ക് വന്നിരുന്നത്. അതുകാരണം തന്റെ ആപ്പീസിൽ പോക്കും താമസിച്ചു. അന്നുതന്നെ താൻ അവളെ ശകാരിച്ചതാണ്. അതേറ്റില്ലെന്ന് തോന്നുന്നു. അതുകൊണ്ടാണല്ലോ ഇപ്പോൾ ഇത്ര ധൈര്യത്തോടെ അവധിയെടുത്തത്. ഇങ്ങുവരട്ടെ. കണക്കിന് ശകാരിക്കണം. പക്ഷേ അവളെ പറഞ്ഞു വിടാൻ അയാൾ തയ്യാറല്ല. ഭീഷണിപ്പെടുത്തുക മാത്രമേ ഉള്ളൂ. കാരണം അവൾ പോയാൽ തന്റെ കാര്യങ്ങൾ ആകെ അവതാളത്തിലാകുമെന്ന് അയാൾക്കറിയാം. പ്രത്യേകിച്ച് അലക്കുന്ന കാര്യം ആലോചിക്കാൻ കൂടെ വയ്യ. പോരാത്തതിന് ഇത്രയും വൃത്തിയുള്ള ഒരു ജോലിക്കാരിയെ അപൂർവ്വമായേ കിട്ടാനുള്ളൂ. അക്കാര്യത്തിൽ അയാൾ ഒരു തനി മലയാളി തന്നെയാണ്. വൃത്തി മലയാളികൾക്ക് നിർബന്ധമുള്ള ഒരു കാര്യം തന്നെയാണ്. അവൾ ഇവിടെ ജോലിക്ക് വരാൻ തുടങ്ങിയിട്ട് അഞ്ചോ ആറോ വർഷമായെന്ന് തോന്നുന്നു. തെരുവിൽ വീടിന് തൊട്ടടുത്ത് പലചരക്കുകട നടത്തുന്ന സുമീത് ആണ് അവളെ കൊണ്ടുവന്നു തന്നത്. സുമീതാണ് അയാൾക്ക് പല സഹായങ്ങളും ചെയ്യുന്നത്. അയാൾക്ക് പലചരക്ക് സാധനങ്ങൾ കൊണ്ടുവരുന്നതും പുകയിലകൊണ്ടു വരുന്നതും മറ്റും. അയാൾക്ക് ബസന്ത് ബാബുവിനോട് വളരെ ബഹുമാ

നമായിരുന്നു. എന്തെങ്കിലും ആവശ്യമുണ്ടെങ്കിൽ കടയിലേയ്ക്ക് ഒന്ന് ഫോൺ ചെയ്യുകയേ വേണ്ടൂ. വീട്ടിൽ വന്ന് കാശുകൊടുക്കുമ്പോൾ ബാക്കി വരുന്ന ചില്ലറ ബസന്ത് വാങ്ങാറില്ല. അപ്പോഴെല്ലാം സുമീത് പറയും.

"ബസന്ത് ബാബൂ, നിങ്ങൾ ഭഗവാനെപ്പോലെ ദയാലു ആണ്."

സുമീതിനോട് ഒരു ജോലിക്കാരിയെ വേണമെന്ന് പലപ്പോഴും പറയാറുണ്ട്. അപ്പോഴെല്ലാം ബസന്ത് നിർബന്ധം പറഞ്ഞ കാര്യം നല്ല വൃത്തിയുള്ള ആളാവണം എന്നുമാത്രമാണ്. അപ്പോൾ സുമീത് മനസ്സിലാക്കിയിരുന്നത് സുന്ദരിയായിരിക്കണം എന്നാണെന്ന് തോന്നുന്നു. ഒരുനാൾ സുമീത് ഒരു സുന്ദരിയായ പെണ്ണുമായി വന്നു. ഭാഗ്യത്തിന് അവൾ വൃത്തിയുള്ള കൂട്ടത്തിലായിരുന്നു.

"ബസന്ത് ബാബൂ, ദാ, ഇവൾ എന്തുപണിയും ചെയ്തുകൊള്ളും. രാവിലെ മുതൽ വൈകുന്നേരം വരെ കാണും."

അതുശരിയായിരുന്നു. അവൾ എന്തു പണി പറഞ്ഞാലും ഒരു മടിയും കൂടാതെ അതുചെയ്യും. നല്ല വൃത്തിയും വെടിപ്പും ഉണ്ട്. രാത്രിയിലെ ഭക്ഷണം ഉണ്ടാക്കി വച്ച് മൂന്ന് മണിയോടെ അവളെ പോകാൻ എന്നും താൻ അനുവദിച്ചിരുന്നു. റയിൽവേ സ്റ്റേഷനടുത്താണ് വീട് എന്നു മാത്രമേ അവളെക്കുറിച്ചു തനിക്കറിയൂ. കൂടുതലൊന്നും അന്വേഷിച്ചിട്ടുമില്ല അവൾ പറഞ്ഞിട്ടുമില്ല. അല്ലെങ്കിലും അവൾ തന്നോട് സംസാരിക്കാറേയില്ല. വളരെ അത്യാവശ്യം ചോദ്യങ്ങളും ഉത്തരങ്ങളും മാത്രം. "അത്താഴത്തിന് ചപ്പാത്തി മതിയോ ബാബൂ അതോ ആലൂപറാത്തവേണോ ?" "ചായ വേണോ ബാബൂ ?" "ഞാൻ പൊയ്ക്കോട്ടേ ബാബൂ "എന്നിങ്ങനെ സ്ഥിരം വാചകങ്ങൾ. അവൾ ഒച്ചയില്ലാത്ത, സംസാരിക്കാത്ത ഒരു യന്ത്രത്തെപ്പോലെ പണികൾ വേഗത്തിൽ ചെയ്തുകൊണ്ടിരിക്കും. താമസിച്ചുവന്ന ആദ്യനാൾ കുട്ടിക്ക് സുഖമില്ല എന്നോ മറ്റോ കാരണം പറഞ്ഞിരുന്നു. പക്ഷേ അത് സ്ഥിരമായപ്പോൾ പറയുന്നത് കളവാണെന്ന് തോന്നി. അപ്പോഴാണ് ശകാരിച്ചത്. ഇനി അതിന്റെ പേരിലാണോ വരാതിരിക്കുന്നത്.

ബസന്ത് പുതപ്പ് മാറ്റി കിടക്കയിൽ നിന്നെഴുന്നേറ്റ് പുകയില ടിൻ എടുത്തുകൊണ്ട് വന്നു. പൈപ്പ് നിറച്ച് ചാരുകസാലയിൽ ഇരുന്ന് സാവധാനം കത്തിച്ച് വലിച്ച് തുടങ്ങി. രണ്ടു പുക ഉള്ളിൽ ചെന്നപ്പോൾ തണുപ്പിന് കുറവുണ്ടെന്ന് അയാൾക്കു തോന്നി. മഴക്കാലമായതോടെ പുകയിലയ്ക്ക് ചിലവു കൂടിയിട്ടുണ്ട്. ടിൻ ഏതാണ്ട് കാലിയായിട്ടുണ്ട്. ഇന്നുതന്നെ സുമീതിനെ വിളിച്ച് ഒരു ടിൻ പുകയില കൂടി കൊണ്ടുവരാൻ പറയണം. അയാൾ ഊതിപ്പറത്തിയ പുകച്ചുരുളുകൾ മുറിയിലെ തണുത്ത വായുവിൽ തട്ടി അയാളെത്തന്നെ വട്ടം ചുറ്റി നിന്നു. ടെലഫോണിന്റെ അലർച്ച അയാളെ ആ ഇരുപ്പിൽ നിന്നും എഴുന്നേൽപ്പിച്ചു. പത്രമാപ്പീസിൽ നിന്നും അപർണ്ണയാണ്.

“ബസൂ, നീ ജീവനോടെ ഉണ്ടോ ? അതോ മഴവെള്ളത്തിൽ മുങ്ങിച്ചത്തോ എന്നറിയാൻ വിളിച്ചതാണ്. നിനക്ക് വല്ലപ്പോഴും ഒന്നു വിളിച്ചുകൂടേ. എന്തായി നിന്റെ കഥ”?

“നാശം ! നിനക്ക് ആ ചോദ്യം മാത്രം ഒഴിവാക്കിക്കൂടായിരുന്നോ ? കഥയും മാങ്ങാത്തൊലിയും ഒന്നും ആയിട്ടില്ല. വിഷയം പോലും കിട്ടിയിട്ടില്ല. ആ കിഴവന്റെ ഈ ചോദ്യത്തിൽ നിന്നും രക്ഷപ്പെടാൻ വേണ്ടിയാണ് ഞാൻ ആപ്പീസിൽപ്പോലും വരാത്തത്. പിന്നെ നിന്നെ ഞാൻ നാലഞ്ചു തവണ വിളിച്ചിരുന്നു. ഒരു തവണ പോലും കണക്ഷൻ കിട്ടിയില്ല. മഴകാരണം ടെലഫോൺ ബന്ധങ്ങൾ ആകെ താറുമാറായിക്കിടക്കുകയാണ്. ഞാനാകെ പ്രാന്തെടുത്തിരിക്കുകയാണ്. ആ മൃണാളിനി രണ്ടാഴ്ചയായി ജോലിക്ക് വരുന്നില്ല. എന്റെ എല്ലാ ദിനചര്യകളും ആകെ നാശക്കോട്ടയായി കിടക്കുകയാണ്. അവളെ അന്ന് ശകാരിച്ചതിന്റെ പേരിൽ പണി മതിയാക്കിയെന്നാണ് എനിക്ക് തോന്നുന്നത്. മിക്കവാറും ഇത്തവണത്തെ വാർഷികപ്പതിപ്പ് എന്റെ കഥ ഇല്ലാതെ തന്നെ ഇറക്കേണ്ടി വരും.”

“ഓ, ആ നാശം പിടിച്ച പെണ്ണ് പോയിത്തുലയട്ടെ. നമുക്ക് വേറെ ആരെയെങ്കിലും തപ്പിയെടുക്കാം. അല്ലെങ്കിലും അവൾക്ക് സുന്ദരിയാണെന്നൊരു ഭാവം ഉണ്ട്. എന്തായാലും ഇനിയും മൂന്നാഴ്ചയുണ്ടല്ലോ എന്തെങ്കിലും വിഷയം കിട്ടാതിരിക്കില്ല.”

“ആ...... കിട്ടുമായിരിക്കും”. ബസന്ത് അത്ര ഉത്സാഹമില്ലാത്ത മട്ടിൽ പ്രതികരിച്ചു.

“ എന്നാൽ ശരി. വിജയാശംസകൾ” അപർണ്ണ ഫോൺ വച്ചു.

ബസന്ത് അടുക്കളയിൽ കയറി ചായ തിളപ്പിച്ചു. കപ്പിൽ പകർന്നശേഷം ബാക്കി ഫ്ളാസ്കിൽ ഒഴിച്ചു വച്ചു. കടുപ്പത്തിലുള്ള ചൂടു ചായമൊത്തിക്കുടിച്ചുകൊണ്ട് അയാൾ ചാരുകസാലയിലിരുന്നു വീണ്ടും പൈപ്പ് നിറച്ചു. ചായ കുടിക്കുന്നതിനൊപ്പം പുകവലിക്കുന്നത് അയാളുടെ ഒരു ശീലമാണ്. അല്ലെങ്കിലും ഈ അപർണ്ണയ്ക്ക് മൃണാളിനിയെ കണ്ണെടുത്താൽ കണ്ടുകൂടാ. അവസരത്തിലും അനവസരത്തിലും അവൾ ആ പാവത്തിനെ കുറ്റപ്പെടുത്തി സംസാരിക്കും. വല്ലപ്പോഴും അപർണ്ണ വീട്ടിൽ വരുമ്പോൾ മൃണാളിനിക്ക് കഷ്ടകാലമാണ്. എന്തുചെയ്താലും കുറ്റം കണ്ടുപിടിക്കും. കൂടെക്കൂടെ ചായ തിളപ്പിക്കാൻ പറയും. അടിച്ചുവാരിയ മുറികൾ വൃത്തിയായിട്ടില്ല, പൊടി പോയിട്ടില്ല എന്നു പറഞ്ഞ് വീണ്ടും അടിച്ചുവാരിപ്പിക്കും. കഴുകിവച്ച പാത്രങ്ങൾ വീണ്ടും വീണ്ടും കഴുകിക്കും. കിടക്കവിരി, മേശവിരി, വാതിൽ കർട്ടനുകൾ എന്നിവ അലക്കിയിടീക്കും. ഇടയ്ക്കിടയ്ക്ക് ഉച്ചത്തിൽ ശകാരിക്കുന്നതും കേൾക്കാം. ആ പാവം അന്ന് പണിയെടുത്ത് നടുവൊടിയും. എന്നിട്ട് അപർണ്ണ ബസന്തിനടുത്തിരിക്കുമ്പോൾ പിറുപിറുക്കും.

“ഒരു വൃത്തിയുമില്ല, അനുസരണയുമില്ല നാശത്തിന്.” ബസന്ത് ചിരിയോടെ അവളെ നോക്കും. അയാൾ കേൾക്കാനാണവൾ മനപൂർവ്വം ജോലിക്കാരിയെ ചീത്ത പറയുന്നതെന്നയാൾക്കറിയാം. അവളെ ശുണ്ഠി പിടിപ്പിക്കാൻ വേണ്ടിത്തന്നെ അയാൾ പറയും.

“ഞാൻ നോക്കിയിട്ട് അവൾക്ക് നല്ല വൃത്തിയും വെടിപ്പും ഉണ്ട്. എല്ലാ പണികളും നല്ല അനുസരണയോടെ ചെയ്യുകയും ചെയ്യും. പോരാത്തതിന് അവൾ സുന്ദരിയുമാണല്ലോ ? സത്യത്തിൽ നിനക്കവളോട് അസൂയ ആണ്.”

അവൾ കൂർത്ത നോട്ടത്തോടെ അയാളെ നേരിടും.

"അതേ, എനിക്കസൂയയാണ്   എന്ന് നിങ്ങൾ മാത്രമേ പറയൂ. ഞാനെന്തിന് എവിടെയോ കിടക്കുന്ന കേവലം ഒരു ജോലി ക്കാരി പെണ്ണിനോട് അസൂയപ്പെടണം. ബസൂ, നീ ഒരുത്തനാണ് അവളെ വഷളാക്കുന്നത്. എല്ലാ അനുസരണക്കേടിനും വളം വച്ചു കൊടുത്ത് തലയിൽ കേറ്റി വച്ചിരിക്കുകയല്ലേ ? നീ മാത്രമാണ് അവൾ എന്നെ ബഹുമാനിക്കാത്തതിന് കാരണം."

"അപർണ്ണാ, നീ വെറുതെയാണ് ആ പാവത്തിനോട് ചാടി ക്കടിക്കുന്നത്. അവൾക്ക് നിന്നോട് തികഞ്ഞ ബഹുമാനമുണ്ട്. നിനക്ക് അതു കാണാൻ കണ്ണില്ലെന്ന കുഴപ്പമേ ഉള്ളൂ. സത്യത്തിൽ അവൾ ചെറുപ്പക്കാരി പെണ്ണായിപ്പോയതാണോ അതോ സുന്ദരി യായിപ്പോയതാണോ നിന്റെ അസൂയയ്ക്ക് കാരണം" ?

"ഇതൊന്നുമല്ല, നീ ഒരാണായിപ്പോയതാണ് എന്റെ പ്രശ്നം. നീ അവളെ ന്യായീകരിക്കുന്നത് കേട്ടാൽ തോന്നും നിനക്കവളോട് പ്രേമമാണെന്ന്. ബസൂ സത്യം പറയൂ, നീ അവളോടൊപ്പം കിടന്നി ട്ടുണ്ടോ" ?

ബസന്ത് ഒരുനിമിഷം അന്ധാളിച്ചുപോയി. ബംഗാളി പെണ്ണു ങ്ങൾ പൊതുവേ തന്റേടികളാണെന്നറിയാം. പണ്ടേ ആണുങ്ങ ളുടെ മറവിൽ നിന്നും പുറത്ത് കടന്ന് ഉന്നത വിദ്യാഭ്യാസം നേടിയ തിന്റെ കരുത്തിൽ അവർ ആണുങ്ങളോട് നേർക്കുനേർ നിന്ന് അവ രുടെ ജാള്യത വിട്ട് തന്റേടത്തോടെ അഭിപ്രായം പ്രകടിപ്പിക്കാറു ണ്ട്. എന്നാലും ഇത് എന്തൊരു പെണ്ണാണ്. അല്ലെങ്കിലും പഴമ ക്കാർ പറഞ്ഞതാണ് ശരി. 'രണ്ടു മലകൾ തമ്മിൽ ചേരും. പക്ഷേ നാല് മുലകൾ തമ്മിൽ ഒരിക്കലും ചേരില്ല.' കൂടുതൽ വാഗ്വാദം ചെയ്യാതിരിക്കുന്നതാണ് ഈ വൃത്തികെട്ട സംസാരം അവസാനി പ്പിക്കാൻ നല്ലവഴി. അവൾ വിജയിച്ചു എന്നവൾ കരുതിക്കോട്ടെ. ഇതെപ്പോഴും അങ്ങനെയാണ്. വഴക്ക് ഒഴിവാക്കാൻ ബസന്ത് അവ ളുടെ ഏത് മണ്ടൻ അഭിപ്രായവും സമ്മതിച്ചുകൊടുക്കും. അവൾ ജയിച്ചാൽ അവൾക്ക് പരിഭവമില്ല. ഈ ലോകം മുഴുവനുമുള്ള പെണ്ണുങ്ങൾക്ക് ഒരേ സ്വഭാവമാണ്.

ബസന്ത്   വീണ്ടും ഒരു കപ്പ് ചായ കൂടെ ഫ്ളാസ്കിൽ നിന്നും പകർന്നെടുത്തു. പൈപ്പ് കെട്ടുപോയിരിക്കുന്നു. അയാൾ –

എഴുന്നേറ്റ് ടെലഫോണിനടുത്തേയ്ക്ക് പോയി. സുമീതിന്റെ കട യിലെ നമ്പർ ഡയൽ ചെയ്തു.

"ഹലോ, ഞാൻ ബസന്ത് ആണ്."

"എന്താ ബസന്ത് ബാബൂ ? പുകയില തീർന്നുപോയോ ?

"ങ്ഹാ ! അതേ പുകയില തീർന്നുപോയി. ഒരു ടിൻ കൊണ്ടുവരണം. പിന്നെ ഞാൻ വേറൊരു കാര്യം പറയാനാണ് വിളിച്ചത്. ആ മൃണാളിനി രണ്ടാഴ്ചയായി ജോലിക്ക് വരുന്നില്ല. നീ ചെന്ന് അവളോട് വരാൻ പറയണം. ഞാൻ ആകെ അവതാളത്തി ലായിരിക്കുകയാണ്." "രണ്ടാഴ്ചയായി വരുന്നില്ലെന്നോ ? ശരി ബാബൂ, ഞാൻ അവളെക്കണ്ട് പറയാം; ശരി".

പിറ്റേന്ന് നേരം വെളുത്തപ്പോൾ തന്നെ മൃണാളിനി വന്നു. മഴയത്ത് ആകെ നനഞ്ഞ്, വസ്ത്രങ്ങളൊക്കെ നനഞ്ഞ്, ശരീരത്തി ലൊട്ടിക്കിടക്കുന്നു. അവൾ തലകുമ്പിട്ട് ബസന്തിനു മുന്നിൽ നിന്നു. ആകെ മെലിഞ്ഞ് ഒരു കോലമായിട്ടുണ്ട്. അപർണ്ണ ഇപ്പോൾ അവളെ കണ്ടിരുന്നെങ്കിൽ ബസന്തിന്റെ മുന്നിൽ ഇങ്ങനെ നനഞ്ഞ വസ്ത്രങ്ങളോടെ വന്നു നിന്നതിന് തീർച്ചയായും അവളെ തല്ലിയോടിച്ചേനേ. മൃണാളിനിയെ കണ്ടതും ബസന്ത് ഇതുവരെ ഉള്ളിൽ തിക്കിമുട്ടി നിന്നിരുന്ന ദേഷ്യമത്രയും പുറത്തേയ്ക്കൊ ഴുക്കി.

"നീ എന്താണ് കരുതിയത്. ഏതൊരു ജോലിയായാലും ഒരു ഉത്തരവാദിത്വം വേണം. ഞാൻ അന്ന് ശകാരിച്ചതിനാണോ നീ വരാതിരുന്നത്. വരില്ലെങ്കിൽ അത് പറഞ്ഞിട്ട് പോകണമായിരുന്നു. ഞാൻ മറ്റാരെയെങ്കിലും കണ്ടുപിടിച്ചേനേ. ഇഷ്ടപ്പെടാത്തതു കണ്ടാൽ ഞാൻ ഇനിയും ശകാരിക്കും. പറ്റുമെങ്കിൽ നിന്നാൽ മതി. അല്ലെങ്കിൽ കളഞ്ഞിട്ട് പോകാം. ഈ കൽക്കത്താ നഗരത്തിൽ മറ്റൊരു ജോലിക്കാരിയെ കണ്ടെത്താൻ വലിയ ബുദ്ധിമുട്ടൊന്നും ഇല്ല."

പെട്ടെന്നവൾ അയാളുടെ മുന്നിൽ നിന്ന് ഏങ്ങലടിച്ചു കര യാൻ തുടങ്ങി. ബസന്തിന്റെ ഭാവം മാറി. സ്ത്രീകൾ കരയുന്നത് അയാൾക്ക് വല്ലാത്ത അസ്വസ്ഥതയാണ്. അയാൾ ശബ്ദം മയപ്പെ-

ടുത്തി പറഞ്ഞു.

"വേണ്ട, കരയേണ്ട, അകത്തേയ്ക്ക് പൊയ്ക്കോളൂ. ഞാൻ എന്റെ ബുദ്ധിമുട്ടുകാരണം ദേഷ്യപ്പെട്ടു പറഞ്ഞുപോയതാണ്. ഇനി ഇത് ആവർത്തിക്കാതിരുന്നാൽ മതി."

അവൾ പാലുമായി അടുക്കളയിലേയ്ക്ക് പോയി. അവൾ ഏങ്ങലടിക്കുകയും സാരിയുടെ തലപ്പുകൊണ്ട് കണ്ണുകൾ തുട യ്ക്കുകയും ചെയ്യുന്നത് അയാൾ കണ്ടു. അയാൾ പൈപ്പിന് തീപി ടിപ്പിച്ച് കസാലയിൽ പോയിരുന്നു. അപ്പോഴാണ് സുമീത് പുകയി ലയുമായി വന്നത്.

"ബാബൂ, അവൾ വന്നില്ലേ"

"ഉം.... വന്നിട്ടുണ്ട്. ഞാൻ വന്നപാടെ കുറേ ശകാരിച്ചു. അതിന്റെ വിമ്മിട്ടത്തിലാവണം കരഞ്ഞുകൊണ്ട് അടുക്കളയി ലേയ്ക്ക് പോയിട്ടുണ്ട്."

"അതുവേണ്ടായിരുന്നു ബാബൂ. ശകാരിക്കണ്ടായിരുന്നു. അവൾ ആകെ തളർന്നിരിക്കുകയാണ്. അവളുടെ വീട്ടിൽ ഒരു ദുരന്തം നടന്നു."

"എന്തുപറ്റി ?"

"അവളുടെ കുഞ്ഞ് സുഖമില്ലാതെ കിടപ്പിലായിരുന്നു. രണ്ടാഴ്ച മുന്നേ ആ കുഞ്ഞ് മരിച്ചു പോയി. മഞ്ഞപ്പിത്തമായി രുന്നു." സുമീത് സങ്കടത്തോടെ പറഞ്ഞു. "ഒന്നോർത്താൽ അവ ളുടെ സ്ഥിതി പരമദയനീയമാണ്. ഏതോ വലിയ കുടുംബത്തിൽ ജനിച്ചതാണ്. ഒരു പാവപ്പെട്ടവനെ പ്രണയിച്ചു കല്യാണം കഴിച്ച തിന്റെ പേരിൽ വീട്ടിൽ നിന്നും പുറത്താക്കി. ഇവിടെ റയിൽവേ പുറമ്പോക്കിൽ കുടിലു കെട്ടിയാണ് താമസം. കെട്ടിയവൻ ഒരു തല്ലിപ്പൊളിയായിരുന്നു. ഒരു വർഷമാകും മുമ്പേ അവൻ ഉപേക്ഷി ച്ചുപോയി. ഇപ്പോൾ ആകെയുണ്ടായിരുന്ന കുട്ടിയും പോയി. ഇനി ജീവിക്കണമെന്നേ ആഗ്രഹമില്ലെന്നാ അവൾ എന്നോട് പറ ഞ്ഞത്."

ബസന്ത് ആകെ പകച്ചിരുന്നുപോയി. ഒരു നിമിഷത്തിൽ

ആയിരം വികാരങ്ങളും വിചാരങ്ങളും അയാളുടെ മനസിൽ തിളച്ചു തൂവി. അയാളുടെ ഹൃദയം കഠിനമായ കുറ്റബോധത്താൽ ചുട്ടു നീറി. സുമീത് കാശും വാങ്ങി പുറത്തേയ്ക്ക് പോയി.

ബസന്ത് കഠിനമായ വ്യഥയോടെ അടുക്കളയിലേയ്ക്ക് ചെന്നു. അവൾ പഴയതുപോലെ ശബ്ദമില്ലാത്ത യന്ത്രമെന്നോണം പണിയെടുക്കുകയാണ്. അയാൾ കുറച്ചു നേരം അവളെ നോക്കി നിന്നു. വഴക്ക് പറഞ്ഞതിന് മാപ്പു ചോദിച്ചാലോ എന്ന് ചിന്തിച്ചു. പക്ഷേ അതവളെ വീണ്ടും കരയിച്ചാലോ എന്ന ചിന്തയിൽ അയാൾ ഒന്നും മിണ്ടാതെ പിൻവാങ്ങി. നേരെ ടെലഫോണിന ടുത്തു ചെന്നു. അപർണ്ണയെ വിളിച്ചറിയിക്കണോ. അവൾ തിരികെ വന്നതറിഞ്ഞാൽ അവൾക്ക് ഹാലിളകും. രണ്ടാമതൊരാലോചന യാൽ അവളെ ഇപ്പോൾ വിളിക്കെണ്ടന്ന് കരുതി, തിരികെ കസേര യിൽ വന്നിരുന്ന് പൈപ്പ് നിറച്ചു. താനിത്രയും നാൾ മൃണാളിനിയെ ക്കുറിച്ച് ഒന്നുമറിഞ്ഞിരുന്നില്ലെന്ന് അയാൾ ഓർത്തു. താൻ അന്വേ ഷിച്ചിരുന്നുമില്ല. അവൾ പറഞ്ഞതുമില്ല. അല്ലെങ്കിൽ ഉന്നതങ്ങളി ലിരിക്കുന്നവർ ഒരിക്കലും താഴോട്ട് നോക്കാറില്ലല്ലോ. താൻ എവിടെ നിന്നാണ് ഇത്രയും ഉയരത്തിലേയ്ക്ക് കയറി വന്നതെന്ന് താഴേയ്ക്ക് കുനിഞ്ഞുനോക്കിയാൽ എത്ര ഉയരത്തിലാണ് താനെന്ന് തിരിച്ചറിഞ്ഞ് പേടിച്ച് തലകറങ്ങി പിടിവിട്ട് താഴോട്ടു വീണുപോയാലോ ? എന്നാലും വീണ്ടും മുകളിലേയ്ക്ക് കയറി പോകാനാണ് മനുഷ്യന്റെ ആഗ്രഹം.

അപ്പോഴേയ്ക്കും മൃണാളിനി ചായയുമായി വന്നു. അയാൾ ചായ വാങ്ങി. അവളുടെ മുഖത്തേയ്ക്ക് പാളി നോക്കി. അവളുടെ കരച്ചിൽ മാഞ്ഞിരിക്കുന്നു. അയാൾ പതുക്കെപ്പറഞ്ഞു. "ക്ഷമിക്ക ണം. ഞാൻ കഥകളെല്ലാം ഇപ്പോൾ സുമീത് പറഞ്ഞപ്പോഴാണറി ഞ്ഞത്. മകന് അസുഖമാണെന്ന് നീ അന്ന് പറഞ്ഞപ്പോൾ താമസി ച്ചുവന്നതിൽ ശകാരമൊഴിവാക്കാൻ നീ നുണ പറയുകയാണെ ന്നാണ് ഞാൻ കരുതിയത്. വിഷമിക്കരുത്. ദൈവത്തിന് കൂടുതൽ ഇഷ്ടമുള്ളവരെയാണ് അവൻ കൂടുതൽ പരീക്ഷിക്കുന്നത്. ധൈര്യം കൈവിടാതിരിക്കുക. വിശ്വാസവും വെടിയരുത്. എല്ലാം ശരിയായി വരും. ദയവായി എന്നോട് ക്ഷമിക്കുക."

അവൾ കരഞ്ഞേയ്ക്കുമോ എന്നയാൾ പേടിച്ചു. എന്നാൽ

അതുണ്ടായില്ല. അയാൾക്കാശ്വാസമായി. അയാൾ ചായ കുടിച്ച് കപ്പ് തിരികെ നൽകി.

ബസന്ത് പൈപ്പ് വലിച്ച് ചിന്തിച്ചിരുന്നു. പിന്നെ എഴുന്നേറ്റ് ടെലഫോണിനടുത്തേയ്ക്ക് പോയി. അപർണ്ണയെ വിളിച്ചു.

"അപർണ്ണാ, നമ്മുടെ മൃണിളിനി തിരിച്ചുവന്നു !"

"നമ്മുടെ മൃണാളിനിയോ ? നിങ്ങളുടെ എന്നു പറയൂ. എനിക്കറിയാമായിരുന്നു നിങ്ങൾ ഏതുവിധേനയും അവളെ തിരിച്ചു വിളിക്കുമെന്ന്."

"ഞാൻ ഇപ്പോൾ തർക്കിക്കാനല്ല വിളിച്ചത്. അവളുടെ ജീവിതത്തിൽ ഒരു ദുരന്തമുണ്ടായി. നമ്മൾ ഇതുവരെ അവളെക്കുറിച്ച് അന്വേഷിച്ചിട്ടില്ലല്ലോ ? അവളുടെ ഭർത്താവ് അവളെ ഉപേക്ഷിച്ചു പോയി. വർഷങ്ങൾക്കുമുമ്പ്. ഇപ്പോൾ അവളുടെ ഏകമകനും മരിച്ചു. അവൾക്ക് ആരുമില്ല. ഞാൻ അവൾക്ക് ഇവിടെ അഭയം നൽകാൻ തീരുമാനിച്ചിരിക്കുകയാണ്. തിരികെ വിട്ടാൽ ഒരുപക്ഷേ അവൾ ആത്മഹത്യയോ മറ്റോ ചെയ്താലോ ? എനിക്ക് ഒരു പുതിയ കഥയ്ക്ക് ത്രെഡ് കിട്ടിയിട്ടുണ്ട്. അവളുടെ ജീവിതം ഞാൻ കഥയാക്കാൻ പോകുന്നു. അതിന് കാര്യങ്ങൾ എല്ലാം ചോദിച്ചറിയാൻ അവൾ ഇവിടെ താമസിക്കേണ്ടത് ആവശ്യമാണ്. എന്താണ് നിന്റെ അഭിപ്രായം ?"

"ഞാനെന്ത് പറയാൻ. എനിക്കൊരഭിപ്രായവുമില്ല. നിങ്ങൾക്കു തോന്നിയതുപോലെ ചെയ്തോളൂ. നിങ്ങൾ അവളുടെ നുണകേട്ടു വിശ്വസിച്ചിരിക്കുകയാണ്. എനിക്കറിയാം ശരിക്കും നിങ്ങളുടെ ആവശ്യം എന്താണെന്ന് ? അല്ലെങ്കിലും നിങ്ങൾ മദ്രാസികളെ വിശ്വസിക്കാൻ കൊള്ളില്ല."

"നിന്നോട് തർക്കിക്കാൻ ഞാനില്ല. നീയും ഒരു പെണ്ണല്ലേ. ഒരു പെണ്ണിന്റെ ഇത്തരം ഒരവസ്ഥയിൽ ഇങ്ങനെ സംസാരിക്കാൻ നിനക്കെങ്ങനെ സാധിക്കുന്നു ? മദ്രാസികളെ അങ്ങനെ അടച്ചാക്ഷേപിക്കുന്ന നിന്റെ ഇത്രയും നീചമനസ്ഥിതിയൊന്നും ഞങ്ങൾക്കില്ല." ബസന്ത് ഈർഷ്യയോടെ ഫോൺ കട്ടു ചെയ്തു.

മൃണാളിനി അന്നു മുതൽ അവിടെ താമസമാക്കി. ആദ്യ

മൊന്നും അവൾ അതിന് കൂട്ടാക്കിയില്ല. പക്ഷേ ബസന്ത് സുമീതിനെക്കൊണ്ട് പറഞ്ഞ് സമ്മതിപ്പിച്ചു.

"മൃണാളിനീ നോക്കൂ, ബസന്ത് ബാബു നല്ല മനുഷ്യനാണ്. നീ ഇവിടെ താമസിക്കുന്നതാണ് നല്ലതെന്ന് ഞാനും കരുതുന്നു. ഒറ്റയ്ക്ക് താമസിക്കുമ്പോൾ ദുഃഖം കൂടുകയേ ഉള്ളൂ."

ഒടുവിൽ അവൾ സമ്മതിച്ചു. അങ്ങനെ ബസന്ത് അവളോട് കാര്യങ്ങൾ ചോദിച്ചറിഞ്ഞു. കഥ എഴുതാൻ ആരംഭിച്ചു. പക്ഷേ എഴുതി പൂർത്തിയാകുംതോറും അയാൾക്കൊരു തോന്നൽ, താൻ ചെയ്യുന്നത് ശരിയാണോ എന്ന്. ഭാവനയാണെങ്കിൽ സാരമില്ലായിരുന്നു. പക്ഷേ ഇത് ഒരു സ്ത്രീയുടെ പച്ചയായ ജീവിതാനുഭവങ്ങളാണ്. അത് കഥയായെഴുതി ലോകർക്കു വായിച്ചു രസിക്കാൻ പരസ്യപ്പെടുത്തണോ എന്ന തോന്നൽ ശക്തമായിക്കൊണ്ടിരുന്നു.

കൽക്കത്തയിലെ മഴക്കാലം ശമിച്ചു. ബസന്ത് കഥ ഏതാണ്ട് പൂർത്തിയാക്കി. അയാൾ ആ വിവരം അപർണ്ണയെ വിളിച്ചറിയിച്ചു. വൈകുന്നേരം അതിനെക്കുറിച്ചു ചർച്ചചെയ്യാൻ റസ്റ്റോറന്റിൽ വരാമോ എന്ന് ആരാഞ്ഞു. വിമ്മിഷ്ടത്തോടെ ആണെങ്കിലും അവൾ വരാമെന്ന് സമ്മതം മൂളി. റസ്റ്റോറന്റിലെ മേശയ്ക്കിരുവശത്തും ഒന്നും സംസാരിക്കാതെ അവരിരുന്നു. കത്തിച്ചുവച്ച മേശ വിളക്കിന്റെ നിഴൽ അവളുടെ മുഖത്ത് വീഴുന്നുണ്ടെങ്കിലും അവളുടെ മുഖഭാവം ബസന്തിന് പൂർണ്ണമായും മനസ്സിലാക്കാൻ കഴിഞ്ഞു. തികഞ്ഞ നിസ്സംഗതയാണവിടെ. അവൾ വെറുതെ കാപ്പി കപ്പ് വട്ടം ചുറ്റിച്ചുകൊണ്ടിരുന്നു. ബസന്ത് കാപ്പി കുടിച്ചുകൊണ്ട് അവളുടെ മുഖത്തുനിന്ന് കണ്ണുകളെടുക്കാതെ അവളോട് പറഞ്ഞു.

"കഥ പൂർത്തിയായിക്കഴിഞ്ഞു. ഇനി ഏതാനും ചില തിരുത്തലുകൾ മാത്രമേ ബാക്കിയുള്ളൂ."

"നിന്നെ വിശ്വസിക്കാൻ കൊള്ളില്ല ബസന്ത്." ബസൂ എന്ന വിളി പെട്ടെന്ന് ബസന്ത് എന്നായത് അയാൾ ശ്രദ്ധിച്ചു. അവൾ അകന്നു കഴിഞ്ഞു എന്ന് അയാൾക്ക് മനസ്സിലായി. അത് മനസ്സിലാക്കിക്കൊണ്ടുതന്നെ അയാൾ പറഞ്ഞു.

"ഇത് വിശ്വാസത്തെ സംബന്ധിക്കുന്ന വിഷയമല്ല. ഇത് ഒരു സഹാനുഭൂതി ആയി മാത്രം കണ്ടാൽ മതി."

"ഹ ! സഹാനുഭൂതിയോ ? നിങ്ങൾ മദ്രാസികൾക്കോ"? അവൾ പരിഹാസപൂർവ്വം ചുണ്ടുകോട്ടി.

"തീർച്ചയായും. മറ്റേത് തുറകളിൽ പിന്നിൽ നിന്നാലും സഹാനുഭൂതിയുടെ കാര്യത്തിൽ ഭാരതത്തിലെ മറ്റേത് ദേശക്കാരേ ക്കാളും മുന്നിലാണ് മലയാളികൾ. പാതയോരത്ത് ഒരാൾ വണ്ടിയി ടിച്ച് കിടക്കുന്നതു കണ്ടാൽ എല്ലാരും എന്ന് പറയുന്നില്ല, പക്ഷേ ആരെങ്കിലും അയാളെ എടുത്ത് ആശുപത്രിയിൽ എത്തിക്കും എന്റെ നാട്ടിൽ. എന്നാൽ ഇവിടെയോ ആരും തിരിഞ്ഞ് കൂടി നോക്കില്ല. ഒരു പട്ടി ചത്തുകിടക്കുന്നതുപോലെയേ മറ്റേതൊരു ദേശത്തും ഇവിടെയും ആൾക്കാർ കരുതുകയുള്ളൂ."

ബസന്ത് ഇത്തവണ അവളെ വിട്ടുകൊടുത്തില്ല. ഈർഷ്യ യോടെ ആവേശത്തോടെ അയാൾ പറഞ്ഞു നിർത്തി.

"അപ്പോൾ നീ അവളെ വിവാഹം ചെയ്യാൻ തീരുമാനിച്ചോ ബസന്ത്" ?

"ഇതുവരെ തീരുമാനിച്ചിട്ടില്ല. ഞാനവൾക്ക് അഭയം നൽകി യിരിക്കുന്നു എന്ന് മാത്രം. ആത്മഹത്യയിൽ നിന്നും പിന്തിരിപ്പി ക്കാൻ വേണ്ടി. ഇനി ഒരുപക്ഷേ ഞാൻ അവളെ വിവാഹം ചെയ്യാൻ തീരുമാനിച്ചാൽ തീർച്ചയായും ഞാൻ എഴുതിയ ഈ കഥ പ്രസി ദ്ധീകരിക്കില്ല. ഇത്തവണത്തെ വാർഷികപ്പതിപ്പ് ബസന്തിന്റെ കഥ ഇല്ലാതെ ഇറങ്ങും."

"ബസന്ത്, ഞാൻ സന്യസിക്കും എന്നൊന്നും നീ കരു തേണ്ട".

"തീർച്ചയായും നീ വിവാഹം കഴിക്കണം. സുന്ദരിയും, വിദ്യാസമ്പന്നയും, അതിപുരാതന വ്യവസായ കുടുംബത്തിലെ സാമ്പത്തികശേഷിയുള്ള യുവതിയുമായ നിന്നെ വിവാഹം ചെയ്യാൻ എന്നേക്കാൾ യോഗ്യരായവർ അനേകം പേർ വരും എന്ന് നിന്നേക്കാൾ നന്നായി എനിക്കറിയാം. അങ്ങനെതന്നെ വേണമെ ന്നാണ് എന്റെയും ആഗ്രഹം."

"എന്നാൽ ശരി, നമുക്ക് പിരിയാം. നല്ല സുഹൃത്തുക്കളായി തന്നെ. അല്ലേ ?"

"തീർച്ചയായും."

അവർ പരസ്പരം കൈ കൊടുത്തു പിരിഞ്ഞു.

തിരികെ വീട്ടിലേക്കു പോരുമ്പോൾ ബസന്തിന്റെ മനസ് ആകെ കലുഷമായിരുന്നു. അയാൾ ചാരു കസാലയിലിരുന്ന് പൈപ്പ് നിറച്ചു വലിച്ചു. വീണ്ടും വീണ്ടും നിറച്ചു വലിച്ചു. മനസ് ശാന്തമായപ്പോൾ അയാൾ എഴുന്നേറ്റു. എഴുതി പൂർത്തിയാക്കിയ കഥ എടുത്തുകൊണ്ട് വന്നു. അയാൾ അതിന്റെ താളുകൾ മറിച്ചു നോക്കി. പിന്നെ ശാന്തമായ മനസ്സോടെ ആ കഥ മേശപ്പുറത്തി രുന്നു കത്തുന്ന മെഴുകുതിരി നാളത്തിലേയ്ക്ക് നീട്ടി. അഗ്നിനാള ങ്ങൾ ആ കഥ ഏറ്റുവാങ്ങി ഒരുപിടി ചാരമാക്കി മാറ്റി.

ആ വർഷത്തെ വാർഷിക പതിപ്പ് ബസന്തിന്റെ കഥയി ല്ലാതെ പുറത്തിറങ്ങി.

✿✿✿✿

CPSIA information can be obtained
at www.ICGtesting.com
Printed in the USA
BVHW031133021221
623089BV00009B/345

9 781685 639686